உலகப் போர்க்களங்களின்

பத்திரிகைப் போராளிகள்

யஷ்வந்த்

சத்யா

Title:
Ulaga Porkalangalin
Pathirikkai Poraaligal

Yashwanth

ISBN: 978-93-92474-39-2
Title Code : Sathyaa - 026

நூல் தலைப்பு
**உலகப் போர்க்களங்களின்
பத்திரிகை போராளிகள்**

நூல் ஆசிரியர்
யஷ்வந்த்

முதற்பதிப்பு
அக்டோபர் 2022

விலை : ₹ 180

பக்கம் : 132

Printed in India

Published by
Sathyaa Enterprises
No.137, First Floor,
Choolaimedu,
Chennai - 600 094.
044 - 4507 4203

Email
sathyaabooks@gmail.com

உள்ளே...

1.	வெடித்துச் சிதறிய மனிதக் கறித்துண்டுகளுக்கு மத்தியில் மிக்கேல் யான்!	5
2.	குருதி வழியும் கேமரா போராளி கெஞ்சி நாகை	11
3.	யுத்தக்களத்தில் உயிரிழந்த ஒளிப்பதிவாளர் மில்லர்	15
4.	மனிதநேய பத்திரிகையாளர் கில்ஸ் ஜாக்கெயர் மரணப் பரிசு	21
5.	சூயஸ் யுத்தத்தில் டேவிட் ஷேய்மர்	25
6.	ராட்டை நூற்கும் காந்திஜியும் 'மார்கரட் போர்க் ஒயிட்'டும்	28
7.	ஆப்கானிஸ்தான் யுத்தக்களத்தில் மேரி நைட்	33
8.	சோவியத் யூனியன் யுத்தக்களமும் ஜேம்ஸ் நாச்வேயின் கேமராவும்	36
9.	உயிரற்றப் பிணங்களை கேமராவில் உயிர்ப்பித்த மத்தேயு பிராடி	40
10.	டான் எல்டன் கொலையும் திரைப்படமும்	46
11.	கடாஃபியின் கொலைவெறிக்கு ஆளான ஆண்டன் ஹேமர்	51
12.	ரஷ்யா துருக்கி குருதிக் களத்தில் பிரான்சிஸ் டேவிஸ் மில்லட்	56
13.	உலகப் போர்க்களங்களும் கேத்தரீன் புகைப்படங்களும்	59
14.	தாயகம் காக்க உயிர் துறந்த கேமரா போராளி கோடான் லெடரர்	62
15.	லிபியா புரட்சியின் கேமரா குரல் மொகம்மது நேப்பஸ்	65
16.	இந்திய சுதந்திரப் போர்க்களத்தை புகைப்படமெடுத்த ஹோமை வியாரவாலா	69
17.	மனிதநேய பத்திரிகையாளர் கில்ஸ் ஜாக்கெயரின் மரணப் பரிசு!	73
18.	வியட்நாம் போரும் ஹென்றி ஹூட்டும்	76
19.	எகிப்து புரட்சியும் அகமத் மொகமத் மழூத் படுகொலையும்	78
20.	தீவிரவாதிகளால் கொல்லப்பட்ட அட்லன் காசனோவ்	80

21. நிலச்சுரங்கத்தில் கொல்லப்பட்ட காவ்கோல்ஸ்டன் — 82
22. ராக்கெட் வெடிகுண்டுக்குப் பலியான ஆந்ரே சோலோவி — 84
23. இலங்கை யுத்தகள ஆவணப் படச்செய்தியாளர் ஜான்ஸ்னோ — 86
24. கென்னடியின் படுகொலையை படமாக்கிய மெரில்மியூலர் — 90
25. வியட்நாம் யுத்த களத்தில் டிக்கி சாப்ளி — 92
26. அமெரிக்க யுத்த களத்தில் லாரி பரோஸ் — 95
27. பிரெஞ்சு யுத்த களத்தில் ஜோகன்ஸ் ஹேக் — 97
28. ஆப்கன் யுத்த களத்தின் நேரடி சாட்சி கேபிரேடோ — 99
29. யுத்த களத்தில் படுகாயமுற்ற ஃபிரான் காய்ஸ் சுல்லி — 101
30. விமான விபத்தில் பலியான இயான்பரி — 104
31. யுத்த கள பத்திரிகையாளர் ஜேம்ஸ் ராபர்ட்சன் — 107
32. புலிட்சர் விருது பெற்ற கிரிஸ் ஹோன்ராஸ் — 109
33. மாஷன்அல் டுமைய்ஷியான் மரண வாக்குமூலம் — 112
34. தாய் ராணுவத்தினர் சுட்டுக் கொன்ற வைரோ முரமோட்டோ — 115
35. முதல் உலகப் போரில் ஹெலன் ஜான் கிர்ட்லான் — 118
36. பாலஸ்தீனிய போரும் மா சென்டானாவும் — 120
37. வளைகுடா போரின் செய்தி சேகரிப்பாளர் கென்னத் ஜரிக்கி — 122
38. அமெரிக்க யுத்த கள பத்திரிகையாளர் கெல்லி மெக்கர்ஸ் — 124
39. ஜெர்மன் நாட்டு யுத்த கள செய்தியாளர் லூகாஸ் டோலகா — 126
40. விமான குண்டுவெடிப்புக்கு பலியான கென்னத் ஸ்டோன் ஹவுஸ் — 128
41. கனடா தேச யுத்தகள செய்தியாளர் பில்பாஸ் — 130

வெடித்துச் சிதறிய மனிதக் கறித்துண்டுகளுக்கு மத்தியில் மிக்கேல் யான்!

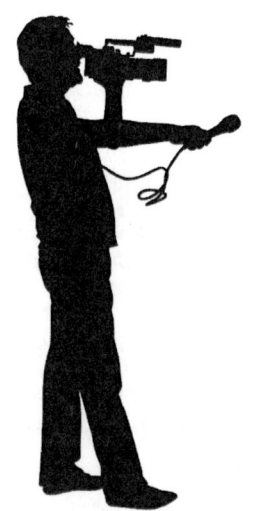

"தீவிரவாதியை தீவிரவாதி என்று உரக்கச் சொல்வதில் எனக்கு எந்த வெட்கமும் இல்லை. உண்மையை உண்மை என்று சொல்வதற்கு நான் எதற்கு அச்சப்பட வேண்டும்?"

சுளீரென்ற பேச்சும் எழுத்தும் தூக்கி முன்னால் எரியும் புகைப்பட ஆதாரங்களும் மிக்கேல் யானை தீவிரவாத புகைப்படச் செய்தியாளராக்கி விட்டது.

குருதி வழியும் யுத்தக் களங்களும் வெடித்துச் சிதறும் மனிதக் கறித்துண்டுகளையும் பார்த்துப் பார்த்து மிக்கேல் யானுக்குள் வேறு முகம் வரையப்பட்டு விட்டது.

சதா எந்நேரமும் ஆபத்துகளையும் சங்கடங்களையும் சந்தித்துக் கொண்டிருக்

கின்ற மக்கள் விளையாட்டுப் பொருட்களைப்போல் கைமாறி வெடி குண்டுகளைத் தயாரித்துக் கொண்டிருக்கும் சிறுவர்கள்... இவர்கள் மத்தியில்தான் மிக்கேல் யானின் சிறு வயதுப் பருவம் கழிந்தது.

புளோரிடாவில் உள்ள விண்டர் ஹேவனில் தன்னை அடையாளப் படுத்திக் கொண்டு வளர வேண்டிய நிர்ப்பந்தம் யானுக்கு. உயரம் குள்ளம் என்பதால் உடனிருந்த நண்பர்களின் தொடர்ந்த கேலி கிண்டல். உள்ளூரில் உள்ள கம்யூனிட்டி கல்லூரியில் இதழியல் துறையில் எந்தவித ஈடுபாடுமின்றி நாட்களை நகர்த்தி வந்தார்.

ஒரு வழியாக பட்டப்படிப்பு முடிந்து ஐக்கிய நாடுகள் ராணுவத்தில் சேர்ந்தார். பத்தொன்பது வயதில் யான் ராணுவ சிறப்புப் படையில் பணியாற்றத் துவங்கினார்.

ராணுவத்திலும் இவரது தோற்றம் 'Bam Bam' என்ற கேலிப் பெயர் சூட்டி நண்பர்களால் கிண்டலடிக்கும் வழக்கம் தொடர்ந்தது.

கேலிக் கிண்டல்களின் உச்சம் ஒரு உயிரைப் பலி வாங்கும் அளவுக்குக் கொண்டு போய்விட்டது. 1980ல் மேரிலாண்டில் உள்ள ஆசிலன் சிட்டியில் உள்ள மதுக்கடையில் யான் ஒருவரைச் சுட்டுக் கொன்று விட்டார்.

அவர் மீது கொலைக்குற்றம் சுமத்தப்பட்டது. பின்னால் தள்ளுபடி செய்யப்பட்டு விட்டது.

எதிர்பாராத இந்தச் சம்பவம் குறித்து 'டேஞ்சர் குளோஸ்' எனும் தன்னுடைய முதல் நூலில் யான் விரிவாக ஒரு கதைபோல அந்த 20 வயது பிராயத்து பக்குவப்படாத நிலைகளை எழுதியுள்ளார்.

யான் தொடர்ந்து ராணுவப் பணியில் ஈடுபட விருப்பமின்றி 1987ல் அங்கிருந்து விடை பெற்றார். ராணுவத்திலிருந்து வெளியேறிய யான் பல தரப்பட்ட தொழில்களை மேற்கொண்டார்.

உலக ஆட்ட நாயகன் மைக்கேல் ஜாக்சனின் பாதுகாவலராக யான் பணிபுரிந்ததைக் குறிப்பிட்டுச் சொல்லலாம். அவருடன் இருந்த பணிக் காலம் வாழ்க்கையில் அசை போடுவதற்கு நிறைய விசயங்களைத் தனக்கு வழங்கியிருக்கிறது என்று யான் குறிப்பிட்டுள்ளார்.

ஜெர்மன் மொழித் தொடர்புடைய யான் போலந்து நாட்டிலும் பணியாற்ற முயற்சி செய்தார். பலமான எந்தப் பின்னணியும் இல்லாத நிலையில் 1990களின் மத்தியில் தன்னை ஒரு தடையற்ற பத்திரிகையாளராக்கும் முயற்சியிலும் யான் ஈடுபட்டார்.

இந்து மதத்தைச் சேர்ந்த மனிதக்கறி தின்னும் அகோரிகளைப் பற்றிய செய்திகளை உலகின் கவனத்திற்குப் படத்துடன் வெளிக்கொணர்ந்தார் யான்.

தன்னுடைய பள்ளிப் பிராயத்து நண்பர்கள் ராணுவ சேவையின் போது பரிதாபமாக கொலையுண்ட சம்பவங்களை அறிந்த நிலையில் ஈராக் முற்றுகை குறித்து யான் எழுதத் துவங்கினார்.

டிசம்பர் 2004ல்தான் யான் முதன் முதலாக பாக்தாத் யுத்தக் களத்தில் கேமராவுடன் இறங்கினார். அதன்பின் ஈராக் யுத்தக்களக் கொடூரங்கள் குறித்து பல ஆண்டுகள் உயிரைத் துச்சமென மதித்துப் பணியாற்றி உண்மைகளை உலகுக்கு வெளிக்கொணர்ந்தார்.

ஆப்கானிஸ்தானின் தொடர் குண்டுவெடிப்பு அலறல்கள் யானின் செவிகளைத் தீண்ட 2006ல் பயணத்துக்குத் தயாரானார்.

பஸ்ராவை விட்டு ரஷ்யப் படை 2007 டிசம்பரில் விடைபெற்றுக் கொண்டிருந்த நேரம். ஆப்கானிஸ்தானில் களத்தில் பணியாற்றிக் கொண்டிருந்த யான், இங்கிலாந்துக்கு அடிக்கடி சென்று 'டச்சஸ் ஆஃப் கார்ன்வெல்'ஐ சந்தித்து வந்தார். யுத்தக்கள அனுபவங்களை யான் அவரிடம் தத்ரூபமாகப் பகிர்ந்து கொள்வதை வழக்கமாகக் கொண்டிருந்தார்.

தீவிரவாதப் போரின் உச்சக்கட்டம் என ஆகஸ்டு 2008ல் நடந்து கொண்டிருந்த ஆப்கானிஸ்தான் யுத்தம் பற்றி ஆவணப் படம் தயாரித்தார் யான்.

2009 ஜூன் மாதத்தில் பாகிஸ்தான்கு செல்ல யான் ஏற்பாடுகள் செய்தபோது அவரது விசா மறுக்கப்பட்டது.

'ஒரு எழுத்தாளன் பணம் சம்பாதிக்க ஆசைப்பட்டால் அவன் உண்மை எழுதுவதைத் தவிர்க்க வேண்டும். மக்கள் எதனை கேட்க விரும்புகிறார்களோ அதனைச் சொல்லத் தயாராக வேண்டும். யுத்தத்தை

வெல்ல வேண்டுமானால் உண்மை பேச வேண்டும்' என்று யான் பொதுவாகக் குறிப்பிட்டுப் பேசினார்.

முதன் முதலாக 2004 டிசம்பரில் ஈராக்கை பார்வையிட வந்தபோது அந்த நாடு இருந்த நிலைமை ஊடகங்கள் கூறியதைவிட பல நூறு மடங்கு வன்முறையில் மூழ்கித் திளைத்துக் கொண்டிருப்பதாக யான் நம்பினார்.

அடுத்த வருடத்திலேயே அவர் கூறும்போது ஈராக் முற்றிலும் தன்னுடைய கட்டுப்பாட்டை இழந்து உள்நாட்டு யுத்தத்தில் குருதி சிந்திக் கொண்டிருக்கிறது என்றார்.

NATO படைகள் ஆப்கானிஸ்தானில் யுத்தம் மூள்வதைத் தடுக்கத் தவறிவிட்டன என்று உரக்கச் சொன்னார் யான்.

ஈராக் அரசியலின் அறுவை சிகிச்சையின்போது அவசியம் குறித்து 2008 அதிபர் தேர்தலின்போது செனட்டர் ஜான் மெக்கென் நேர்காணல்கள் பலவற்றில் யான் வலியுறுத்தியது குறிப்பிடத்தக்கது.

அமெரிக்க ராணுவத்தின் சித்ரவதைகள் பற்றி அவரிடம் யான் தன்னுடைய எதிர்மறைக் கருத்துக்களைப் பதிவு செய்தார்.

'அநேக மக்கள் நினைப்பதைப்போல ஒபாமா இல்லை. அவர் உண்மையிலேயே மிகவும் இறுக்கமும் மூர்க்கமும் நிறைந்த மனிதர்' என்று 2009 ஜூனில் யான் தனது கருத்தை வெளியிட்டார்.

சர்ச்சைக்குரிய பத்திரிகையாளர் மிக்கேல் லதீன் ஈரானிய தேர்தல் எதிர்ப்புகள் பற்றிக் கூறியபோது யான் அதனை ஆமோதித்தார்.

யானின் வெளிப்படையான கருத்துக்கள் பொதுவாகவே அவருக்கு ஏராளமான விரோதங்களைக் கொண்டு வந்து சேர்த்தது.

2008ல் வெளிவந்த இவரது 'மூமெண்ட் ஆஃப் ட்ரூத் இன் ஈராக்' எனும் நூலில் பட்டவர்த்தனமாக அமெரிக்காவின் தந்திரங்களையும் அமெரிக்க சிப்பாய்களின் வன்மத்தையும் விமர்சித்தார்.

அப்பாவி மக்களின் உணர்வுகளுக்கும் கனவுகளுக்கும் யான் தனது எழுத்துக்கள் மூலம் வடிகாலாயிருந்தார்.

யானுடைய செய்திகள் அனைத்தும் முதல்வராகவும் முதல் தரமாகவும் இருப்பதை 'தி நியூ யார்க் டைம்ஸ்' பாராட்டியது. யுத்தக்களச்

செய்திகளை கவர் ஸ்டோரிகளாக யான் அனைவரையும் மெய்சிலிர்க்கும் வண்ணம் எழுதுகின்ற யுக்தியை ஊடகங்கள் மிகவும் சிலாகித்துப் பேசின.

யுத்தக்களத்தில் கொலையுண்ட காயப்பட்ட வீரர்களின் புகைப் படங்களைக் களத்திலிருந்து தத்ரூபமாக எடுத்து வெளிக்கொணர்ந்து அவர்களின் பெற்றோர்களைக் கலங்கடித்து விட்டார் என்று யான் மீது ராணுவப் படை வீரர்கள் குற்றம் சாட்டினர். லெப்டினன்ட் கலோனல் ஸ்டீவன் பாய்லன் 2005 செப்டம்பரில் பத்திரிகை ஒன்றிற்கான பேட்டியில் இதனைத் தெரிவித்தார். யான் செய்தி நிறுவனத்திற்காக பணியாற்றுகிறார் என்றபோதிலும் யுத்தக் களத்தின் ராணுவ விதிமுறைகளை மீறி அவர் செயல்படுவது ஏற்கத்தக்கதல்ல என்றும் தெரிவித்தார்.

'நேஷனல் ரிவியூ ஆன்லைன்' மற்றும் 'தி நியூயார்க் போஸ்ட்' ஆகியவற்றின் தலையங்கக் கட்டுரைகளை யான் தொடர்ந்து எழுதி வந்தார்.

2005 மே திங்களில் யான் எடுத்த ஒரு புகைப்படமும் செய்தியும் ஏராளமான மக்களின் நெஞ்சங்களில் மிகுந்த நெகிழ்வையும் வியப்பை யும் ஏற்படுத்தியது. அமெரிக்க ராணுவ மேஜர் மார்க் பேஜர் கார் வெடிகுண்டு விபத்தில் ரத்த வெள்ளத்தில் கிடந்த ஃபாரா என்ற ஈராக்கிய பெண்ணைத் தூக்கிக் கொண்டு அமெரிக்க மருத்துவமனைக்கு சிகிச்சைக்காக கொண்டு செல்லும் புகைப்படக் காட்சி அது.

அந்த குருதிக்களப் பெண்மணி ஹெலிகாப்டரில் செல்லும் வழியி லேயே இறந்து விட்டாள்.

இந்தப் படமும் செய்தியும் யானுடைய அலைபேசியில் வெள்ள மென பாராட்டுக் குறுஞ்செய்தியை கொண்டு வந்து நிரப்பியது.

அந்தப் புகைப்படம் உலக செய்தி வரலாற்றில் ஒரு தனி இடத்தைப் பெற்றது. டைம் வெப்சைட் பார்வையாளர்களால் 'டாப் போட்டோ ஆஃப் 2005' என்று தேர்வு செய்யப்பட்டது அந்தப் புகைப்படம். 66 சதவீத ஓட்டுக்களைப் பெற்றது அந்தப் படம்.

வன்முறைக்கு எதிரான இசுலாமிய அமைப்பு அந்தப் புகைப் படத்தைப் பயன்படுத்திக் கொள்ள யானிடம் அனுமதி பெற்றது.

ஆவணப்பட தயாரிப்பாளர் மிக்கேல் மூர் அந்தப் புகைப்படத்தை அனுமதியின்றி பயன்படுத்திக் கொண்டார்.

2008 மே மாதத்தில் யான் இதுபற்றி கருத்து தெரிவித்தார்.மூர் தனது ஊடகங்களில் ஆபாசப் படங்களின் தொடர்புகளைக் கொண்டிருப்பதை அறிந்த காரணத்தால் தன்னுடைய புகழ் பெற்ற அந்த யுத்தக்கள புகைப்படத்தை அனுமதியின்றி அவர் பயன்படுத்தியதை எதிர்த்து வழக்குத் தொடரப் போவதாகக் கூறினார்.

'Hachette Filipacchi Medias' இதழில் 2006ல் யான் எடுத்த அந்தப் புகைப்படம் 'லிட்டில் கேர்ள்' மிகவும் பிரச்சினைக்குரிய விமர்சனங்களை உருவாக்கியது. ஈராக் யுத்தக்கள நெருக்கடியில் அமெரிக்க ராணுவத் தரப்பின் துரோக நடவடிக்கையாக அப்படம் சித்தரிக்கப்பட்டது.

யான் வழக்கறிஞர்களைத் தொடர்பு கொண்டு இது தொடர்பாக ஆலோசித்தார்.

யுத்தக்களங்களில் பன்னாட்டுப் படைகளின் செயல்பாடுகள் பற்றி 2007 ஜூன் மற்றும் ஜூலையில் தீவிர செய்தி சேகரிப்பில் ஈடுபட்டிருந் தார் யான்.

அல்கொய்தா தீவிரவாதிகள் நூற்றுக்கணக்கான அப்பாவிகளை யுத்தக்களத்தில் கொன்றுக் குவித்ததை குருதி வெள்ளத்தில் நின்று படம் எடுத்திருந்தார் யான்.

கம்போடியா யுத்த கொலைக்களத்துடன் ஒப்பிட்டு அதைத் தயாரித்திருந்தார் யான். விசாரணை நிரூபணத்திற்காக அந்த யுத்தக் களத்தில் ஒரு தந்தை புதையுண்டு கிடந்த தன்னுடைய குழந்தைகளைத் தோண்டிக் காண்பிக்கும் புகைப்படமும் அதில் ஒன்று.

ஊடகங்கள் கொடூரமான அநீதிமிக்க அந்தக் கதைகளை எல்லாம் சீக்கிரத்திலேயே மறந்து மீண்டு விட்டதை ஜூலை 18ல் தனது எழுத்துக் களில் வலியோடு பதிவு செய்தார் யான்.

குருதி வழியும் கேமரா போராளி கெஞ்சி நாகை

துப்பாக்கிச் சூட்டில் குண்டுகளை மார்பில் தாங்கிக் கொண்டு தரையில் விழுந்து கிடந்த நிலையில் கையில் இந்தக் கேமரா மூலம் யுத்தக்களப் படங்களை எடுப்பதை விடாது தொடர்ந்த ஒரு ஒளிப்பதிவுப் போராளி கெஞ்சி நாகை.

நெஞ்சைத் துளைத்த துப்பாக்கிக் குண்டு குருதியைப் பீய்ச்சுகிறது. ரத்தம் வழியும் கரங்களுடன் இறுகப் பற்றிய கேமரா எதிரில் நடக்கும் குண்டு வெடிப்பு களையும் துப்பாக்கிச் சூடுகளையும் படம் எடுக்கிறது. எப்படி இருக்கிறது இந்தக் காட்சி.

உலகமே மெய்சிலிர்த்தது இந்தப் புகைப்படங்கள் அனைத்தும் அம்பல மானபோது.

1957 ஆகஸ்டு 27ல் ஜப்பானில் உள்ள இமாபரியில் பிறந்த பர்மிய புகைப்பட பத்திரிகையாளர் கெஞ்சி நாகை.

உலகெங்குமுள்ள அபாயகரமான யுத்தகளப் பகுதிகளில் வேதாளம் போல ஊடுருவி நின்று கொண்டு கேமராவில் குருதிப் பிசாசுகளைப் படம் பிடிக்கும் வெறியுடையவராக விளங்கினார் கெஞ்சி நாகை.

2007ல் பர்மிய அரசாங்கத்திற்கு எதிரான உள்நாட்டு யுத்தக்களத்தில் அவரது உயிர் பிரியும் தருணம்வரை புகைப்படம் எடுக்கும் வெறி அவருடன் இருந்தது.

இம்பாரி நிஷி உயர்நிலைப் பள்ளியில் பட்டம் பெற்ற கெஞ்சி நாகை Tokyo Keizai Universityயிலும் பயின்றார். அதன்பின் ஒரு வருட காலம் அமெரிக்காவில் பயின்றார்.

ஜப்பானுக்குத் திரும்பிய நிலையில் பகுதி நேர புகைப்பட பத்திரிகை யாளராக தனது பிழைப்பை நடத்தினார்.

டோக்கியோவில் AFP செய்தி நிறுவன புகைப்பட பத்திரிகையாள ராக மத்திய கிழக்கு நாடுகளின் அபாயகரமான பகுதிகளுக்கு பயணம் செய்து செய்தி சேகரிக்க ஒப்பந்தம் செய்யப்பட்டார் கெஞ்சி நாகை.

ஆப்கானிஸ்தான், கம்போடியா, பாலஸ்தீனம், ஈராக் ஆகிய நாடுகளின் போர்க்களங்களின் மயிர்க் கூச்செரியும் நிகழ்வுகளை உயிரைப் பணயம் வைத்து படம்பிடித்துக் கொண்டு வந்தார் அவர்.

புத்த மதத்துறவிகள் மீதான பர்மிய அரசு தாக்குதல் தீவிரமடைந்து வந்த நிலையில் கெஞ்சி நாகை பர்மாவுக்கு வந்து சேர்ந்தார் கேமராவும் கையுமாக.

எரிபொருள் விலை உயர்வுக்கு கண்டனம் தெரிவித்து பல்லாயிரக் கணக்கான மக்கள் பர்மிய அரசுக்கு போராட்டம் நடத்திக் கொண்டிருந்த நிலையில் புத்த பிட்சுக்கள் ரங்கூன் நகர வீதிகளில் ஜனநாயக படு கொலையைத் தட்டிக் கேட்க போராடி வந்தனர்.

செப்டம்பர் 25, செவ்வாய்க்கிழமையிலிருந்து பர்மிய அரசுக்கு எதிரான போராட்டங்களை கெஞ்சி நாகை படம் பிடிக்கத் துவங்கி விட்டார்.

செப்டம்பர் 27 வியாழக்கிழமையன்று டிரேடர்ஸ் ஹோட்டலுக்கு அருகில் நடந்து கொண்டிருந்த அரசுக்கு எதிரான போராட்டங்களைப் படம் பிடித்துக் கொண்டிருந்தபோது, எதிர்ப்பாளர்களை நோக்கி பர்மிய சிப்பாய்கள் துப்பாக்கிச் சூடு நடத்திக் கொண்டிருந்தனர்.

அதனையும் கெஞ்சி புகைப்படம் எடுப்பதைப் பார்த்துவிட்ட சிப்பாய்கள் அவரை நோக்கி துப்பாக்கிச் சூடு நடத்தினர்.

கெஞ்சி மீது துப்பாக்கிச் சூடு நடத்தப்படவில்லை என்றும் துப்பாக்கிக் குண்டு அவரை உரசிக் கொண்டுதான் சென்றது என்றும் பல்வேறான பொய்களை பர்மிய அரசாங்கம் உலாவ விட்டது.

அவர் தரையில் படுத்தபடி கேமராவைப் பிடித்தபடி இருக்கும் படத்தை வெளியிட்டு அவர் சுடப்படவில்லை என்றனர். ஆனால், அந்தப் படம் ரத்தவெள்ளத்தில் புகைப்படம் எடுப்பதற்கு முந்தைய படம்.

கெஞ்சி நாகை இறக்கும் முன் எடுத்த புகைப்படங்களின் தொகுப்பு யுத்தக்களத்தில் நடந்த அனைத்து கொடூரங்களையும் ஊடகங்களுக்கு அம்பலப்படுத்தி விட்டது. பர்மிய அரசாங்கம் யுத்தக்கள பத்திரிகை யாளரைக் கொன்ற குற்றத்தை ஏற்றுக் கொள்ள வேண்டும் என பத்திரிகை யாளர்கள் கண்டனக் குரல் எழுப்பினர்.

நடுவீதியில் ஒரு பத்திரிகையாளரை அநாதையைப்போல் சுட்டுக் கொன்றுவிட்டது பர்மிய அரசு என்று வாஷிங்டனில் உள்ள RWB இயக்குநர் அறிக்கை விடுத்தார்.

ஜப்பானிய பிரதம மந்திரி யாசூவா ஃபுகுடா கூறும்போது தாங்க முடியாத ஒரு துர்பாக்கியம் இது என்றார்.

நாங்கள் மியான்மர் அரசாங்கத்தை வன்மையாகக் கண்டிக்கிறோம். அந்த பத்திரிகையாளரின் இறப்பு குறித்த புலனாய்வு அறிக்கை தயாரிக்கப் பட வேண்டும் என்றார்.

அந்த நாட்டின் ஜப்பானிய குடிமக்களின் பாதுகாப்பு குறித்து முறையான நடவடிக்கை மேற்கொள்ள வேண்டும் என்றும் தெரிவித்தார்.

அமைதிக்காக போராடுபவர்கள் கொல்வதையும் காயப்படுத்துவதை யும் சர்வதேச சமூகம் ஒருபோதும் அனுமதிக்காது என்று அமெரிக்க அரசுச் செயலர் கண்டனம் தெரிவித்தார்.

ஐக்கிய நாடுகளின் தலைமையகத்திற்கு பர்மா வெளியுறவுத் துறை மந்திரி சென்றபோது கெஞ்சி நாகையின் இறப்புக்கு மன்னிப்பு தெரிவித்தார்.

ஐக்கிய நாடுகிளன் தலைமையகத்தில் நேரில் மன்னிப்பு கேட்டுக் கொண்ட பர்மா அரசாங்கம் அக்டோபர் 13ல் மிர்ரர் பத்திரிகையில் ஒரு கட்டுரை வெளியிட்டிருந்தது.

அதில் கெஞ்சி நாகை ஒரு சுற்றுலா பயணிக்குரி விசாவை மட்டுமே பயன்படுத்திக் கொண்டு பர்மாவுக்குள் வந்திருக்கிறார். அவர் ஒரு பொறுப்பான பத்திரிகையாளர் என்பதற்கான விசா ஏதுமின்றி அரசு அனுமதியின்றி பர்மாவுக்குள் வந்து செய்தி சேகரித்தது சட்டப்படி குற்றம் என்று புகார் ஓலை வாசித்தது.

மேலும், பர்மா குடிமகனையும் ஜப்பானியரையும் வேறுபடுத்தி சிப்பாய்களால் அடையாளம் காண்பது சிரமம் என்றது.

நாகையின் தந்தை ஹைடியோ ஊடகம் ஒன்றுக்குப் பேட்டி கொடுத்தபோது, “நாங்கள் மியான்மார் அதிகாரிகள் மீதோ அரசு மீதோ குற்றம் சுமத்த விரும்பவில்லை. இதுபோன்ற சம்பவங்கள் இனி வருங் காலத்தில் நடக்காத வண்ணம் பார்த்துக் கொள்ளுங்கள்” என்றார்.

ஜப்பானிய பத்திரிகையாளர்களும் அறிவுஜீவிகளும் நாகையின் கொலைக்கு எதிர்ப்பு தெரிவித்து வழக்குத் தொடுத்தனர்.

அந்தக் குழுவினர் ஜப்பானில் மட்டும் 20000 நபர்களின் கையெழுத்து பெற்று தங்களது எதிர்ப்பலையை சர்வதேச அளவுக்குக் கொண்டு செல்லும் பேராட்டத்தை இணைய தளத்தின் மூலம் ஏற்பாடு செய்தனர்.

யுத்தக்களத்தில் உயிரிழந்த ஒளிப்பதிவாளர் மில்லர்

அந்த வராண்டாவிலிருந்து இருபது மீட்டர் தூரத்தில்தான் அவர்கள் நடந்து கொண்டிருந்தார்கள்.

அப்போதுதான் அந்த முதல் துப்பாக்கிச் சூடு சத்தம் கேட்டது. பதின்மூன்று வினாடி இடைவெளியில் அந்த கும்மிருட்டு இருளைக் கிழித்துக் கொண்டு ஷாவின் கதறல் ஒலி மோதிச் சிதறியது. 'நாங்கள் பிரிட்டிஷ் பத்திரிகையாளர்கள்.'

ராஃபா அகதிகள் முகாமிருந்த ஒரு பாலஸ்தீனிய குடும்பத்தினரின் குடியிருப்பிலிருந்து ஜேம்ஸ் மில்லரும் அவரது சக நண்பர்களும் அந்தக் கும்மிருட்டில் ஒரு வெள்ளைக் கொடியேந்தி வந்த அந்த நேரத்தில்தான் அது நிகழ்ந்தது.

ஷாவின் அலறல் ஒலியைத் தொடர்ந்து இரண்டாவது துப்பாக்கிக் குண்டு மில்லரின் முன் கழுத்தைத் துளைத்தது.

மில்லரைச் சுட்டுக் கொன்ற சிப்பாய்கள் பேடேயின் பாலைவன மறுமலர்ச்சிப் பட்டாளத்தைச் சேர்ந்தவர்கள்.

துப்பாக்கிச் சூடு பற்றி இஸ்ரேல் பாதுகாப்புப் படை (IDF) கூறும்போது மில்லர் யுத்தக்களத்தில் நிகழ்ந்த துப்பாக்கிச் சூட்டில் இறந்த தாக பரபரப்பு பேட்டி கொடுத்தார்.

ஆனால், அவரது கூற்றுக்கு எந்தவிதமான சாட்சியமும் கூறப்பட வில்லை. அது வடிகட்டிய பொய் என்றே நம்பப்பட்டது.

மில்லரின் இறப்புக்குப் பின்னர் IDF வர்ண வர்ணமாக பல வர்ணங் களில் அவரது சாவைப் பற்றி கற்பனைச் சித்திரம் வரைந்தது.

IDF தொடர்பாளர் ஒருவர் அதுபற்றிக் கூறும்போது, “இஸ்ரேல் பாதுகாப்புப் படை ஒளிப்பதிவாளர் மில்லரின் அசாதாரண இறப்புக்கு வருத்தம் தெரிவிக்கிறது. யுத்தக் களத்தின் தடை செய்யப்பட்ட பகுதியில், ஒரு கேமராகாரர் இத்தனை அஜாக்கிரதையாக முன் யோசனையின்றி படைகளுக்கிடையே உயிரைப் பணயம் வைத்துப் படம் எடுக்க வந்தது மாபெரும் தவறு. முட்டாள்தனம்” என்றார்.

“அந்த இரவில் இஸ்ரேலிய படை வீரர்களால் ஒரு ஸ்பெஷல் ஆபரேசன் நடந்து கொண்டிருக்கும்போது மில்லர் அப்பாவித்தனமாக, அந்தத் தீவிரத்தில் வந்து மாட்டிக் கொண்டார்” என மற்றொரு IDF காரர் கூறினார்.

IDF தொடர்பாளர் கேப்டன் ஜேக்கப் தலால் கூறும்போது, “அந்தக் குடியிருப்பில் எதிரிகளின் தாக்குதலுக்கான ஆயத்தம் இருப்பதைக் கண்டறிந்த எங்கள் படையினர் அவர்களை நோக்கி பாங்க் வெடிகுண்டு களை வீசினார்கள். அவர்களும் திருப்பித் தாக்கினார்கள். ஜேம்ஸ் மில்லர் அந்த சரமாரித் தாக்குதல் சமயத்தில் காயப்பட்டார். இஸ்ரேலின் ராணுவப்படை தனது வருத்தத்தைத் தெரிவித்துக் கொள்கிறது. ஆயினும் யுத்தக் களத்தில் தடை செய்யப்பட்ட ஆபத்தான பகுதியில் குறிப்பாக இரவு நேரத்தில் உயிரைப் பற்றிய அக்கறையின்றி ஒரு கேமரா மேன் வந்தது தவறுதான் என்பதை வலியுறுத்துகிறோம்” என்றார்.

ஜேம்ஸ மில்லரும் ஷா எனும் அவரது நண்பரும் அவர் இறக்கும் தறுவாயில் HBO எனும் அமெரிக்க தொலைக்காட்சி ஒன்றுக்காக ஒரு ஆவணப் படம் தயாரிக்கும் பணியில் ஈடுபட்டிருந்தனர்.

உயிரைக் கொடுத்து மில்லர் உருவாக்கிய 'Death in Gaza' எனும் படம் 2004ல் வெளியிடப்பட்டது, அவர் இறந்த அதே நாளில்.

இந்த ஆவணப்படம் மூன்று EMMY விருதுகள் மற்றும் BAFTA TVயின் 2005க்கான விருதினைப் பெற்றது. மேலும், 'Rory Peek Award'யும் 2004ல் 'Death in Gaza' படம் பெற்றது.

ஃபெர்கல் கீன் எனும் இவரது நண்பர் தன்னுடைய நூலில் ஜேம்ஸ் மில்லரின் அசாதாரணத் திறமையை புகழ்ந்து எழுதியுள்ளார்.

"நான் அறிந்தவரையில் ஜேம்ஸ் மில்லர் திறமை மிக்க அற்புதமான பத்திரிகையாளர்களில் ஒருவர் என்று கூறுவேன். அவரது தலைமுறையின் மிகச் சிறந்த ஆவணப்பட ஒளிப்பதிவாளராக அவர் என்றும் புகழுடன் உயிர் வாழ்வார் என்பதில் எனக்கு எவ்வித சந்தேகமும் இல்லை.

ஜேம்ஸ் மில்லர் என்ற ஒப்பற்ற ஒளிப்பதிவாளரை காலம் முப்பத்தி நான்கு வருடங்களுக்கு மட்டுமே வாழ ஒப்பந்தம் போட்டது மிகப் பெரிய சாபம்.

வேல்ஸ் நாட்டின் ஹேவர் போர்டு வெஸ்ட் என்ற மண்தான் ஜேம்ஸ் மில்லரின் பிறப்பைப் பதிவு செய்தது. ஜியோ பிரே மில்லர் என்ற ராணுவ அதிகாரியின் இரண்டாவது மகன் இவர். தாய் எய்லீன் எனும் தலைமை ஆசிரியை.

ரோமன் கத்தோலிக்கராக வாழ்ந்த மில்லர் வாழ்நாள் முழுவதும் தமது மதப்பற்றுடன் வாழ்ந்தார். டவுன்சைட் எனும் இடத்தில் பள்ளிப் படிப்பை தொடர்ந்த மில்லர் லண்டன் கல்லூரியில் அந்தத் துறையில் படித்தார். புகைப்பட இதழியல் துறையில் மேனிலைப் பட்டப் படிப்பை முடித்தார். தொலைக்காட்சித் துறைக்கு வருவதற்கு முன்னர் புகைப் படக்காரராக பணிபுரிந்து வந்தார்.

ஷோபியா வாரண்நாட் எனும் பெண்ணை 1997ல் மணந்தார். அலெக்சாண்டர் என்ற பிள்ளைக்கும் கார்லொட்டி என்ற பெண்ணுக்கும் தந்தையானார்.

சுதந்திரமான ஒளிப்பதிவாளராக தனது வாழ்க்கையைத் துவங்கிய மில்லர் 1995ல் "ஃப்ரண்ட்லைன் நியூஸ்" மூலம் ஒளிப்பதிவாளர், தயாரிப்பாளர், இயக்குநர் என்று பல்வேறு அவதாரங்களை எடுத்தார்.

அல்ஜீரியா உள்நாட்டுப் போரின்போது பெரிய அளவில் ஆபத்துகளும் தாக்குதலும் நிறைந்த செய்தித்தளங்களை வெளிக்கொணர்ந்தார் ஜேம்ஸ் மில்லர். மேலும், உலகின் பல பகுதிகளின் யுத்தக்களங்களை சி.என்.என்.க்காக படம் பிடித்து பிரிட்டனின் தொலைக்காட்சிகளில் செய்திக்களமாக்கினார்.

சானல் 4 நிகழ்ச்சிக்காக கோசோவோ படுகொலையின் முக்கிய பின்னணி பற்றிய ஆவணப்படம் ஒன்றை 1999ல் Hard cash Productions-ல் தயாரித்து வெளியிட்டார்.

1999ம் ஆண்டின் சமகாலத்திய சர்வதேசிய நிகழ்வுக்கான ராயல் டெலிவிஷன் சொசைட்டி விருதினை இப்படம் பெற்றது.

Hard cash தயாரிப்பில் இவர் உருவாக்கிய பெரும்பான்மையான படங்களுமே உயர்ந்த விருதுகளைப் பெற்றது எனலாம்.

முக்கிய குற்றவாளிகள் என்ற இவரது இந்தப் படத்தைத் தொடர்ந்து 'Dying For the President' என்ற படத்தைத் தயாரித்தார். கொரியாவைப் பற்றி ரகசிய நகரத்தின் குழந்தை மற்றும் இரண்டாம் செச்சன் யுத்தம் பற்றிய நிகழ்வுகளை இதில் படமாக்கியிருந்தார்.

தொலைக்காட்சி செய்தியாளர் செய்ரா ஷா என்பவருடன் தொழில் ரீதியாக நெருங்கிய நட்பு கொண்டிருந்தார் ஜேம்ஸ் மில்லர்.

தாலிபன் மற்றும் ஆப்கானிஸ்தான் பெண்களின் வாழ்க்கை பற்றிய படத்தை உருவாக்கிட ஷா மிகவும் தேவையாக இருந்தார்.

CNNக்காக தயாரிக்கப்பட்ட இப்படம் முக்கிய குற்றவாளிகள் படத்தைப் போலவே RTS சர்வதேச விருதினைப் பெற்றது. மேலும் Emmy Award, BAFTA விருதுகளைப் பெற்றது.

மில்லரும் ஷாவும் இணைந்து 'UNHOLY WAR' என்ற இரண்டாவது படத்தை உருவாக்கினார். 2001ல் நடந்த ஆப்கானிஸ்தான் யுத்தத்தைப் படம் பிடித்து இப்படத்தை உருவாக்கினார்கள்.

இப்படத்திற்காக இந்துகுஷ் பகுதிகளில் பயணம் செய்யும்போது மில்லரும் ஷாவும் கிட்டத்தட்ட மரணத்தைத் தொட்டுவிட்டதாகவே நினைத்தார்களாம். அந்தளவுக்கு ஜீரோ டிகிரி குளிர்.

சிறந்த இயக்குநருக்கான EMMY விருதினை இப்படத்திற்கு முதன் முதலில் பெற்றார் மில்லர். கௌரவமிக்க Peabody விருதும் இப் படத்துக்குக் கிடைத்தது.

1968 டிசம்பர் 18ல் பிறந்து 2003 மே 2ல் உயிர் பிரிந்த ஜேம்ஸ் ஹென்ரி டொமினிக் மில்லர் செய்ரா ஷாவுடன் அதன் பின் நீண்ட காலம் பணி யாற்றியுள்ளார்.

தொழில் பங்குதாரராக அவரைத் தன்னுடன் இணைத்துக் கொண்டு 2001ல் ஆரம்பிக்கப்பட்ட Frostlite Production ஜேம்ஸ் மில்லருக்குப் பல்வேறு வெற்றிகளைத் தந்தது.

ஆனால், அனைத்து வெற்றிகளையும் புகழையும் தொடர விடாதபடி 2003 மே 2-ல் இஸ்ரேலிய பாதுகாப்புப் படையைச் சேர்ந்த கேப்டன் ஹிப்பல்ஹெப் என்ற IDF படையைச் சேர்ந்த அரபி ஒருவனால் மில்லரின் உயிருக்கு உலை வைக்கப்பட்டு விட்டது.

ஜேம்ஸ் மில்லரின் கொலைக் கோப்பை அவசரகதியில் முடிவு கட்டியது இஸ்ரேலிய ராணுவ போலீஸ்.

2005 மார்ச் 9ல் காவல்துறை அறிக்கை வாசித்தது. ஒரு சிப்பாயியின் துப்பாக்கி கொண்டு துளைத்ததை வைத்து மில்லரை அந்த சிப்பாய் சுட்டுக் கொன்றதாக குற்றம் சுமத்துவது சரியல்ல. யுத்தக்களத்தில் தடை செய்யப்பட்ட பகுதியில் குண்டடிப்பட்ட ஒரு தனி நபர் ஒரு சிப்பாய் மீது அந்தப் பழியை சுமத்துவதை ஏற்பதற்கில்லை.

ராணுவ காவல்துறை மிகக் கவனமாக புலனாய்வு செய்த வகையில் இந்தச் சம்பவத்துக்கு அந்த சிப்பாயை பொறுப்பாக்க இயலாது என்று தெரிவிக்கிறது.

மில்லரின் குடும்பம் இந்தத் தீர்ப்பைக் கேட்டு அதிர்ந்தது. மில்லரின் விதவை மனைவி ஷோபி "இந்தத் தீர்ப்பு உண்மையின் பக்கம் உரைக்கப் படவில்லை. இஸ்ரேலிய பாதுகாப்பு படைக்கு சாதகமாக கூறப் பட்டுள்ளது" என்றார்.

ஜேம்ஸ் மில்லரின் வழக்கை இஸ்ரேல் அரசின் வழக்காக எடுத்துக் கொள்ள வேண்டும் என்று பிரிட்டிஷ் அரசு வாதிட்டது.

2005 மே 2ம் தேதி மில்லரின் இரண்டாவது நினைவு தினத்தில் மில்லரின் குடும்பம் இஸ்ரேல் அரசு மீது வழக்கு தொடர்ந்தது.

இஸ்ரேலிய படைகள் துப்பாக்கிச் சூடு நடத்தும்போது மில்லருக்கு எச்சரிக்கை எதுவும் செய்யவில்லை. மேலும், வெள்ளைக்கொடி ஏந்தி வந்த பத்திரிகையாளரை யுத்தகள விதி மீறி இஸ்ரேலிய ராணுவம் சுட்டது மன்னிக்க முடியாத குற்றம். அப்பாவியான குடிமக்களை சுடும்போது இஸ்ரேலிய படை ஒன்றுக்கு இருமுறை யோசித்திருக்க வேண்டும் என்று மில்லர் சார்பாக வாதிடப்பட்டது.

இரண்டு வருட காலம் வழக்கு நீடித்தது. மில்லர் வழக்கிறஞர் மிக்கேல் சஃபர் என்பவர் மில்லரின் குடும்பம் சிவில் மற்றும் கிரிமினல் தண்டனையை அனுபவித்து வருகிறது. குடும்பத் தலைவனை இழந்து விட்டது ஒரு தண்டனை. ஒரு விதவை மற்றும் இரு குழந்தைகளுக்கான வாழ்வாதாரங்களையும் இந்தக் கொலை பறித்து விட்டது. இது சிவில் தண்டனை. இதற்கு இஸ்ரேலிய அரசு தக்க நஷ்ட ஈடு வழங்கியே தீர வேண்டும் என்று வாதிட்டார்.

2009 பிப்ரவரி 1ஆம் தேதியில் தீர்ப்பு வந்தது. ஜேம்ஸ் மில்லரின் குடும்பத்துக்கு 1.5 மில்லியன் டாலர் இஸ்ரேல் அரசு வழங்க வேண்டும்.

இஸ்ரேல் அரசு அதற்கு ஒத்துக் கொண்டது. ஆனால், கொலைக் குற்றத்தை ஏற்றுக் கொள்ள மறுத்து விட்டனர்.

மனிதநேய பத்திரிகையாளர் கில்ஸ் ஜாக்கெயர் மரணப் பரிசு

சின்னஞ்சிறு சிரியா நாடு கந்தகப் புகை மண்டலத்துள் காணாமல் போய் விடுமோ என்று தோன்றியது.

இரவும் பகலும் வெடிச்சத்தம். உள் நாட்டுப் போரில் சிரியா ரத்தக்களரியில் மிதந்து கொண்டிருந்தது.

புகைப்பட பத்திரிகையாளர் கில்ஸ் ஜாக்கொயர் சிரியா நாட்டு யுத்தப் பதிவு களை உலக மக்களுக்கு தன்னுடைய நேரடி யுத்தக்கள ஒளிப்பதிவுகள் மூலம் வெளிக்காட்ட வேண்டும் என்ற வெறி யுடன் இருந்தார்.

பிரான்ஸ் நாட்டு எவியன்லெஸ் பெய்ன்ஸ் எனும் இடத்தில் 1968ல் பிறந்த கில்ஸ் ஜாக்கெயர் யுத்தக்களச் செய்தி யாளராக சிரியாவுக்குள் பிரவேசிக்க

விசாவுக்கு விண்ணப்பித்தார்.

பிரான்ஸ் தொலைக்காட்சி நிறுவனத்தின் செய்தியாளராக அவர் அப்போது பணியாற்றிக் கொண்டிருந்தார்.

பிரான்ஸ் நாட்டின் ஆவணத் தயாரிப்பில் முன்னணியில் இருந்த 'Envoye Special' நிகழ்ச்சிக்காக ஜாக்கெயர் பணியாற்றிக் கொண்டிருந்தார்.

1991ல்தான் ஜாக்கெயர் தன்னுடைய புகைப்படத் தொழிலைத் துவங்கியிருந்தார். 1994 முதல் 1998 வரை பிரான்சில் பணியாற்றி அதன் பின் தென்னாப்பிரிக்கா, ஜப்பான், நேப்பால் முதலான உலக நாடுகளை சுற்றி வரலானார்.

அதன்பின் 1999 முதல் 2006 வரை ஒரு செய்தியாளராக, பத்திரிகை ஆசிரியராக ஈராக், ஆப்கானிஸ்தான், கொசோவா நாடுகளின் யுத்தக் களங்களில் பணியாற்றி உள்ளார் இவர்.

பிரான்ஸ் நாட்டிற்காக 'Second Intifada' என்ற செய்தித் தொகுப்புக்கு 2002ல் சென்றபோது நேப்ளஸ் இடத்துக்கு வெளியே உள்ள Ain அகதிகள் முகாம் பகுதியில் ஜாக்கெயர் துப்பாக்கிச் சூட்டில் படுகாயமடைந்தார்.

ஜாக்கெயர் குண்டு துளைக்காத புல்லட் புரூப் அணிந்திருந்ததால் எப்படியோ உயிர் தப்பினார்.

ஒரு நேர்காணலில் ஜாக்கெயர் கூறும்போது, "நான் போரை வெறுக்கிறேன். ஆனால், யுத்தக்களத்தில் என்னால் உண்மையான மனிதர்களை சந்திக்க முடிகிறது. அவர்கள் அவர்களாகவே பெரும் பாலான நேரத்தில் இருக்கிறார்கள். அவர்களுடைய வலியின் காரணமாக கேமராவுக்கு முன்னால் அசைவின்றி உண்மையாக ஈடுபாட்டுடன் அவர்கள் இருப்பதைப் பார்க்க முடியும். மிகைப்படுத்தப்படாமல் பொய் யின்றி கேமராவுக்கு முன் உணர்வோட்டமாக அவர்களை நெருக்கமாக படம் எடுப்பது எனக்கு மிகவும் பிடித்தமான ஒன்று" என்று கூறினார்.

இருபது வருடங்களுக்கு மேலாக அவர் யுத்தக்கள செய்தித் தொடர்பாளராக பணியாற்றியுள்ளார் என்பது வியப்பான செய்தியாகும். இந்த உலகுக்கு அவருடைய யுத்தக்கள ஒளிப்பதிவு வரலாறு எண்ணற்ற பக்கங்களைக் கொண்டதாகும்.

ஜாக்கெயர் தன்னுடைய வாழ்நாளில் ஆப்கானிஸ்தான், அல்ஜீரியா, ஈராக், யூகோஸ்லேவியா போன்ற பல நாடுகளில் ரத்தக்களரியை தன்னுடைய கேமராவில் பதிவு செய்துள்ளார்.

கேரோலின் பைரன் என்பவரை தமது வாழ்க்கைத் துணையாகக் கொண்டார் ஜாக்கெயர். அவரும் ஒரு புகைப்பட செய்தித் தொடர் பாளர்தான். அவர்களுக்கு அபோலின் மற்றும் க்ளோய் என்ற இரட்டைக் குழந்தைகள் பிறந்தன. இந்தக் குழந்தைகள் பிறந்த இரண்டு வாரத்தில் ஜாக்கெயரின் தாயார் காலமானார்.

ஜாக்கெயரின் தாத்தா பெர்னக்ஸ் நகரின் மேயராக முப்பது ஆண்டுகள் பதவி வகித்தார்.

2012ல் ஜாக்கெயர் சிரியா செல்வதற்கு விசா கிடைத்தது. பஷார் அல் ஆசாத்தை எதிர்த்து சிரியாவில் கடும் உள்நாட்டு யுத்தம் நடந்து கொண்டிருந்தது.

எதிர்க்கட்சியினரின் வலிமையான கலகங்களை சந்தித்துக் கொண்டிருந்த சிரியா அரசாங்கத்தின் அனுமதியோடு ஜாக்கெயர் மற்றும் கிறிஸ்டோபர் நெக் ஆகியோர் ஹோம்ஸ் நகருக்குள் பயணம் செய்தனர்.

2012 ஜனவரி 11ஆம் தேதியன்று ஜாக்கெயர் சிரியாவின் தொழி லாளர்களை பேட்டி எடுத்து விட்டு ஹோம்ஸ் மருத்துவமனைக்குச் சென்று கொண்டிருந்தார்.

அப்போது அரசுக்கு ஆதரவான ஊர்வலம் நடந்து கொண்டிருந்த போது ஜாக்கெயர் ராக்கெட் ஏவுகணை மூலம் கொல்லப்பட்டார். அந்தத் தாக்குதலில் மற்றும் ஏழு நபர்கள் அவருடன் சம்பவ இடத்திலேயே பலியாயினர்.

சுவிஸ் நாட்டைச் சேர்ந்த பத்திரிகையாளர்கள் பாட்ரிக் வெல்லாலியன் மற்றும் சிட் அகமது ஹமாச்சி ஆகியோர் ஹோம்ஸில் பணியாற்றி வருபவர்கள். அவர்கள் ஜாக்கெயர் படுகொலை செய்யப் பட்டதற்கு சிரியன் அரசாங்கத்தின் மீது குற்றம் சுமத்தினார்கள்.

எதிர்க்கட்சியினரும் ஜாக்கெயர் மீதான தாக்குதலுக்கு கண்டனம் தெரிவித்தனர்.

ஹோம்ஸில் உள்ள அரபு லீக் அமைப்பு ஜாக்கெயர் எதிர்க்கட்சி யினரால் தாக்குதலுக்கு உள்ளானார் என்று கூறினர்.

பிரான்ஸ் வழக்கறிஞர்கள் ஜாக்கெயர் படுகொலைப் பற்றி புலனாய்வு மேற்கொள்ளப்பட வேண்டும் என்று கோரிக்கை வைத்தனர். பிரான்ஸ் அரசாங்கம் தனி விசாரணைக் குழு அமைத்தது.

அந்த விசாரணையில் ஜாக்கெயர் அசாத் கலகக்காரர்களுக்கு எதிரானவர்கள் மூலமாகவே மரணத்தை சந்திக்க நேர்ந்தது என்று பிரான்ஸ் பாதுகாப்பு அமைச்சகம் முடிவறிக்கை வாசித்தது.

சூயஸ் யுத்தத்தில் டேவிட் ஷேய்மர்

சூயஸ் யுத்தம் இன்னும் நிறைய அகோரச் சாவுகளைப் பார்க்காமல் ஓயாது என்று பேசிக் கொண்டனர் டேவிட் ஷேய்மரும் அவரது நண்பர் ஜீன்ராயும்.

டேவிட் ஷேய்மர் போலிஷ் நாட்டு புகைப்பட பத்திரிகையாளர். ஜுன்ராய் பிரஞ்சு நாட்டுப் புகைப்படக்காரர்.

'1956 Suez War' என்று அந்த யுத்தக் களத்தில் எடுக்கப்பட்ட புகைப்படங்கள், செய்திகள் மற்றும் குறிப்புகளை கோர்வையாக டேவிட் ஷேய்மர் தனது மூளை அடுக்கில் வரிசைப்படுத்திக் கொண்டே ஜுன் ராய்க்கு கேமரா கோணங்கள் பற்றி சில டிப்ஸ்களை கூறிக் கொண்டிருந்தார்.

விண்ணிலும் மண்ணிலும் வெடிகுண்டுகள் தீப்பிழம்பாக தாவிக் கொண்டிருந்தன. பேய் வாய் பீரங்கிகளின் தீ நாக்கு அடிக்கொரு தடவை மூடித் திறந்தன.

எகிப்து ராணுவ டாங்கிகள் எதிரிகளின் இலக்கு நோக்கி நகர்ந்து கொண்டிருந்தன.

தன்னுடைய கேமராவின் கோணத்தை கிழக்கு முகமாக நகர்த்த ஆயத்தம் செய்து கொண்டிருந்தார் டேவிட் ஷேய்மர்.

அப்போது திடீரென எகிப்திய ராணுவ வீரன் ஒருவரின் இயந்திரத் துப்பாக்கியிலிருந்து சடசடவென்று குண்டுகள் இந்த கேமரா மேன்களை குறி வைத்து சீறிப் பாய்ந்து வந்து துளைத்து அவர்களை ரத்த வெள்ளத்தில் சாய்த்தது.

1911 நவம்பர் 20ல் வார்சாவில் போலிஷ் யூதத் தம்பதியினருக்கு மகனாகப் பிறந்த டேவிட் ஷேய்மர் குழந்தைப் பருவத்திலேயே யுத்த நெருக்கடிகளுக்கு ஆளானவர்.

முதல் உலகப் போர் துவங்கிய 1914-ஆம் ஆண்டு டேவிட் ஷேய்மர் மூன்று வயது குழந்தையாக பெற்றோருடன் வார்சாவை விட்டு ஓடிசாவுக்கு ஓடி வர வேண்டியதாயிற்று.

முதல் உலகப்போர் முடிந்ததும் 1919-ல் அவர்கள் திரும்பவும் வார்சாவுக்கு வந்து சேர்ந்தனர்.

லெப்ஜிக்கில் டேவிட் கிராபிக் கலையைப் பயின்றார். அதன்பின் பாரீசுக்குப் படிப்பதற்காகப் பயணமானார்.

பாரிஸில் சோர்போன் நகரத்தில் அவர் படித்துக் கொண்டிருந்த போது அவருக்குப் புகைப்படக் கலை மீது ஆர்வம் ஏற்பட்டது. 1933-ல் பத்திரிகைகளில் செய்தியாளராகப் பணியாற்றி வந்தார். அவர் 'Regards' என்ற பத்திரிகையில் 1934-ல் இவரது முதல் புகைப்படம் வெளியிடப் பட்டது.

அவருடைய நண்பர் ராபர்ட் காபா என்பவருடன் இணைந்து 1936 முதல் 1938 வரை ஸ்பானிஷ் நாட்டு உள்நாட்டு யுத்தக்கள செய்தியாளராகவும் சர்வதேச அரசியல் நிகழ்வுகள் செய்தியாளராகவும் பணியாற்றினார்.

ஸ்பானிஷ் யுத்த அகதிகள் பற்றிய செய்தித் தொகுப்பை 1939-ல் இவர் தயாரித்தார்.

இரண்டாம் உலக யுத்தம் மூண்டபோது டேவிட் ஷெய்மர் நியூயார்க் நகரில் இருந்தார். ஐக்கிய நாடுகளின் ராணுவத்தில் இருந்து கொண்டு புகைப்படச் செய்தித் தொடர்பாளராக 1940-ல் பணியாற்றி வந்தார் இவர்.

1942-ல் இவரது பெற்றோர்கள் நாசிப்படை வீரர்களால் கொல்லப் பட்டனர்.

இரண்டாம் உலக யுத்தத்தில் குழந்தை அகதிகளின் நிலை பற்றிய ஆவணப் படத்தைத் தயாரிக்கும் பொருட்டு 1948ல் Unicef அழைப்பின் பேரில் ஆஸ்திரியா, ஹங்கேரி, இத்தாலி, போலாந்து, ஜெர்மனி ஆகிய நாடுகளுக்கு டேவிட் ஷேய்மர் பயணம் செய்தார்.

1949 மற்றும் 1955-ஆம் ஆண்டுகளக்கு இடையில் ஐரோப்பா மற்றும் இஸ்ரேலின் உள்பகுதிகளுக்குப் பயணம் செய்து ஐரோப்பா மற்றும் ஐக்கிய நாடுகளின் பத்திரிகைகளில் அநேக கட்டுரைகள் எழுதினார் டேவிட் ஷேய்மர்.

1930களில் தன்னுடைய ஆரம்பகால நண்பர்கள் ராபர்ட் காபா மற்றும் ஹென்றி கார்டியா பிரசன் ஆகியோருடன் இணைந்து Magnum Photos என்ற கூட்டுறவு புகைப்பட நிறுவனம் ஒன்றை 1947ல் ஷேய்மர் ஆரம்பித்தார்.

1954-ல் ராபர்ட் காபா இறந்த பின்னர் ஷேய்மர் இந்த நிறுவனத்தின் தலைவரானார். 1956 நவம்பர் 10ல் யுத்தக்களத்தில் இறக்கும்வரை அவர் இந்தப் பதவியில் இருந்தார்.

யுத்தக்கள அனாதைகள் என்று தொகுக்கப்பட்ட புகைப்படங்கள் ஷேய்மரின் பணிகளில் மிக உயர்ந்ததாக புகழ்பெற்ற மனிதர்களால் எப்போதும் பேசப்பட்டு வருகிறது.

ராட்டை நூற்கும் காந்திஜியும் 'மார்கரட் போர்க் ஒயிட்டும்!

இரண்டாம் உலக யுத்தத்துக்கான வெடிமருந்து கொடூரமான ரத்தக் காட்டேரிகளாக பல்லாயிரக்கணக்கான மனிதர்களின் குரல் வளையைக் கடித்து ரத்தத்தை உறிஞ்சிக் கொண்டிருந்தன.

யுத்தக்கள கொடூரங்களும் கொலை வெறிகளும் அநீதிகளும் அந்தக் களத்தி லேயே புதையுண்டு போனால் வெளி உலகத்துக்கு அந்தச் செய்தி தெரிந்தாக வேண்டுமே என்ன செய்வது?

உயிரைப் பணயம் வைத்து அந்தக் கொலைக்களங்களைப் படமாக்கி போர்க் களங்களின் உண்மை முகத்தை ஊடகங் கள் மூலம் மக்களைச் சென்றடையச் செய்ய சில அபூர்வமான தற்கொலைக் கலைஞர்கள் புகைப்படக்காரர்களாக

உருவாகுவதை நாம் பார்த்து வருகிறோம்.

முதன் முதலாக ஒரு பெண் இதுபோன்ற யுத்தக்கள ஒருங்கிணைப்பாளராக துணிச்சலாக வந்தார். அவர்தான் மார்கரட் போர்க் ஒயிட்.

ஜெர்மனி படைகள் சோவியத் யூனியனை முற்றுகையிட்ட நேரத்தில் 1941-ஆம் ஆண்டில் மார்கரட் போர்க் ஒயிட் கேமராவைத் தூக்கிக் கொண்டு சோவியத் யூனியனுக்குள் நுழைந்தார். ஜெர்மனி முற்றுகையிட்ட நேரத்தில் சோவியத் யூனியனுக்குள் நுழைந்த வேற்று நாட்டுப் பெண்மணி அவர் ஒருவர்தான்.

ஐக்கிய நாடுகளின் தூதரகத்துடன் தொடர்பு கொண்ட பின் யுத்தக்களத்தின் அகோர வெடிகுண்டு தீநாக்குகளை கேமராவில் அவர் பதிவு செய்யத் தொடங்கினார்.

யுத்தம் தீவிரமடைந்த பின்பு வடக்கு ஆப்பிரிக்காவில் இருந்த ஐக்கிய நாடுகளின் ராணுவத்தில் விமானப் படைப்பிரிவுடன் மார்கரட் பாதுகாப்பாக விடப்பட்டார். அதன்பிறகு இத்தாலி மற்றும் ஜெர்மனியின் யுத்தக்களங்களை அடைந்தார்.

குண்டு மழை தொடர்ந்து பெய்து கொண்டிருந்த இத்தாலிப் பகுதிக்கு மீண்டும் மீண்டும் சென்று ஒளிப்பதிவு செய்தார் மார்கரட்.

1945ன் வசந்த காலத்தில் மூழ்கிக் கொண்டிருக்கும் ஜெர்மனியின் யுத்தக்களப் பகுதியில் ஜெரல் ஜார்ஜ் எஸ்பேட்டன் என்பவருடன் பயணம் செய்தார்.

பச்சன்வால்டில் உள்ள புகழ்பெற்ற சிறைக் கைதிகள் கொட்டடிக்கு வந்து சேர்ந்த மார்கரெட் பேசும்போது கேமரா மூலம் படம் எடுக்கும் நேரத்தில்தான் நான் விடுதலையானதுபோல ஒரு உணர்வு ஏற்படுகிறது. எனக்கும் என் முன்னால் நடந்து கொண்டிருக்கும் கோரங்களுக்கும் இடையே ஒரு கேடயம் இருப்பதுபோல உணர்கிறேன்" என்றார்.

போருக்குப் பின்பு 'Dear Father Land', 'Rest Quietly' போன்ற நூல்களை எழுதி மார்கரட் வெளியிட்டார். இந்த நூல்கள் இரண்டாம் உலகப் போரின் சாட்சியமாகப் பேசின.

மார்கரட் இந்தியா மற்றும் பாகிஸ்தான் நாடுகளில் மிகவும் பரிச்சயமான புகைப்படக்காரராக விளங்கினார்.

இவருடைய புகழ் பெற்ற இந்தியப் புகைப்படமாக ராட்டை நூற்கும் காந்திஜி புகைப்படம் விளங்குகிறது. அதுபோல பாகிஸ்தானை உருவாக்கிய முகம்மது அலி ஜின்னா நாற்காலியில் சாய்ந்திருக்கும் படம் எவராலும் மறக்க முடியாத புகைப்படம்.

யுத்தக்களங்களின் கொடூரத்தையும் வன்முறையையும் படம் பிடித்த மிகச்சிறந்த புகைப்படக்காரர்களின் வரிசையில் மார்கரட் உள்ளார்.

இந்திய சுதந்திரம் மற்றும் இந்தியா பாகிஸ்தான் பிரிவினை குறித்த மார்கரட் புகைப்படங்கள் மிகவும் பாராட்டுகளை பெற்றவையாகும்.

திறந்த கண்களோடு வீதிகளில் இறந்த உடல்களையும் வெறுமை யான விழிகளோடு அனாதைகளையும் அவர் பதிவு செய்தவை வரலாற்றில் மிகவும் முக்கியத்துவம் வாய்ந்தவையாகக் கருதப்படுகிறது.

இந்தியப் பிரிவினை வன்முறை குறித்த மார்கர்டின் 66 புகைப் படங்கள் 2006-ல் மறுபதிப்பாக வெளியிடப்பட்ட குஷ்வந்த் சிங்கின் நாவலில் இணைக்கப்பட்டுள்ளது.

இந்தப் படங்கள் டெல்லியில் கண்காட்சிக்கு வைக்கப்பட்டன. இந்தியப் பிரிவினை குற்றங்களுக்கு இந்தப் படங்களைத் தவிர இந்தியா வில் வேறு சாட்சியம் இல்லை என்று சோமினி செங்குப்தா எழுதி யுள்ளார்.

1948-ல் மோகன்தாஸ் கரம்சந்த் காந்தி படுகொலை செய்யப்படுவ தற்கு சில மணி நேரங்களுக்கு முன்பாக மார்கரட் அவரை புகைப்படத் துடன் எடுத்து வெளியட்ட நேர்காணல் வரலாற்றில் சரியான இடத்தில் சரியான தருணத்தில் எடுக்கப்பட்ட நேர்காணலாக இன்றும் பேசப்படு கிறது.

இந்தப் பேட்டியும் படப்பிடிப்பும் எந்தவித முன்னேற்பாடுமின்றி திட்டமிடலின்றி தற்செயலாக நடந்த ஒன்று என்றும் மார்கரட் அதுகுறித்து எந்த முக்கியத்துவமும் செய்து கொள்ளவில்லை என்றும் ஆல்பிரட் எய்சன்ஸ்டட் எனும் தோழர் இதற்கு விளக்கமளித்துள்ளார்.

மார்கரட்டின் புகைப்படங்கள் அனைத்தும் புரூக்ளின் மியூசியம், நியூயார்க்கில் உள்ள மியூசியம் ஆப் மாடர்ன் ஆர்ட் போன்ற இடங்களில் வைக்கப்பட்டுள்ளன.

சிராகாங் பல்கலைக் கழகத்தில் இவரது கையெழுத்துப் பிரதிகள், புகைப்படங்கள் அதன் மூலம் அனைத்தும் சேகரித்து வைக்கப் பட்டுள்ளன.

ரூட்கார்ஸ் பல்கலைக் கழகம் மற்றும் மிச்சிகன் பல்கலைக் கழகம் ஆகியவை இவருக்கு டாக்டர் பட்டம் வழங்கி இருக்கின்றன.

1963 இவருக்கு யுஎஸ் கேமரா சாதனையாளர் விருது வழங்கியது. இன்னும் பல எண்ணற்ற விருதுகள் இவர் பெற்றுள்ளார்.

'Shooting the Russion War (1942), 'The Taste of war', 'Interview with India' போன்ற எண்ணற்ற நூல்கள் இவரது புகழைப் பேசுகின்றன.

நியூயார்க்கில் உள்ள புரோன்ஸ் நகரில் 1904 ஜூன் 14ல் பிறந்த இவர் பிளைன் பீல்டு உயர்நிலைப் பள்ளியில் பட்டம் பெற்றார்.

1924-ல் அவர் படிக்கும்போதே எவரட் சேப்மேன் என்பவரை மணந்தார். இரண்டு வருடங்களில் அவரை விவாகரத்து செய்து விட்டார்.

1926ல் மார்கரட் 'Fortune' என்ற இதழ் இணையாசிரியராகவும் புகைப்படக்காரராகவும் பணியில் சேர்ந்தார். 1935 வரை தன்னை நிலை நிறுத்திக் கொள்ளும்வரை அதில் பணியைத் தொடர்ந்தார்.

'Life' என்ற பத்திரிகைக்குப் புகைப்பட பத்திரிகையாளராக 1936ல் ஹென்றி லூஸ் மூலம் பணியில் சேர்ந்தார் மார்கரட்.

'Fort Peak Dam' படம் செய்தியுடன் முதன் முதலாக 1936 நவம்பர் 23ல் 'Life' பத்திரிகையில் வெளிவந்து மிகுந்த பாராட்டைப் பெற்றது.

1926ல் மார்கரட் விவாகரத்துக்குப் பின் 1939ல் எர்ஸ்கின் கால்டுவெல் எனும் நாவலராசிரியரை மணந்தார். இந்த மண வாழ்க்கையும் 1942ல் விவாகரத்தானது.

ஐரோப்பா முழுவதும் பயணம் சென்று ஜெர்மனி, ஆஸ்திரியா மற்றும் செக்கோஸ்லோவாகியா போன்ற நாடுகள் நாசிசத்தையும் ரஷ்யா கம்யூனிசத்தையும் எப்படி பின்பற்றி வருகிறது என்பது குறித்து ஆய்வு மேற்கொண்டார்.

ரஷ்யாவில் அவர் மிகக்குறைவாகவே படம் எடுக்க முடிந்தது. ஜோசப் ஸ்டாலின் அவரது தாய், அத்தை ஆகியோரை மார்கரட்

ஜார்ஜியா சென்ற போது படம் பிடித்தார்.

1953-ல் மார்கரட் பக்கவாத நோய்த் தாக்குதலுக்கு ஆளானார். 1959 மற்றும் 1961 அறுவை சிகிச்சைகளை அவர் மேற்கொண்டார். பக்க விளைவுகளால் பேசும் திறன் இழந்தார்.

1971-ல் ஸ்டாம்போர்டு மருத்துவமனையில் தன்னுடைய 67வது வயதில் மார்கரட் போர்க்ஒயிட் தன்னுடைய வாழ்நாள் ஓட்டத்தை முடித்துக் கொண்டார்.

ஆப்கானிஸ்தான் யுத்தக்களத்தில் மேரி நைட்

போர்க் குற்றங்கள்... மனித உரிமை மீறல்கள் இவைகளை மடி நிறைய கருக் கொண்ட யுத்தக்களங்கள்தான் கேரி நைட் தனது கேமராவுக்குள் தன்னுடைய வாழ்நாளில் அதிகம் தூக்கி சுமந்தார் எனலாம்.

இவர் இங்கிலாந்து நாட்டின் ஆகம் எனும் இடத்தில் 1964ல் பிறந்தவர். ஆர்டன் பள்ளியிலும் சோலிகுல் சிக்ஸ்த் ஃபாரம் கல்லூரியிலும் தனது கல்வியைப் பயின்றார்.

உயர்கல்வியின் நடுவிலேயே தன்னைத் துண்டித்துக் கொண்டு ஐரோப்பா மற்றும் மத்திய கிழக்கு நாடு களுக்கு பயணம் மேற்கொண்டார்.

1980களில் தென்கிழக்கு ஆசியா

மற்றும் இந்தோசீனா நாடுகளில் புகைப்படக்காரராக தன்னுடைய பணியை மேற்கொண்டார் மேரி நைட்.

தாய்லாந்தில் உள்ள பேங்காக்கில் வசித்தபோது அவருடன் பிலிப் பிலன்கின் ஷாப், இமானுவேல் டுனஞ், தியரி பால்ஸ் போன்ற புகைப்படக்காரர்கள் மற்றும் ஆலன் பீர்ஸ், ராபர்ட் பிர்ஷல் போன்ற எழுத்தாளர்களும் தொடர்பில் இருந்தனர்.

ஃபியோனா டர்னர் என்பவரை மணந்தார். ஷோபி, ஷாம் ஆகிய இரண்டு பிள்ளைகள் அவருக்குப் பிறந்தன.

1993-ல் கேரிநைட் யூகோஸ்லாவியா சென்றார். அங்கே நடந்து கொண்டிருந்த உள்நாட்டு யுத்தத்தில் முழுவதும் ஈடுபாட்டுடன் தனது புகைப்படப் பத்திரிகையாளர் பணியினை மேற்கொண்டார்.

இந்தக் காலக்கட்டங்களில் ஆப்பிரிக்கா, லத்தீன் அமெரிக்கா, தெற்கு ஆயா, தென் கிழக்கு ஆசியா ஆகிய நாடுகளின் மனித உரிமை மீறல் மற்றும் வறுமைக் கொடுமை தொடர்பான நடப்பு நிகழ்வுகளால் கூர்மை யான கவனம் செலுத்தி அவற்றை ஐரோப்பா மற்றும் அமெரிக்கா ஊடகங்களில் வெளிக்கொணர்ந்தார் கேரிநைட்.

200ல் ஜான் ஸ்டான் மேயருடன் இணைந்து VII Photo Agency-ஐ உருவாக்கினார். இந்த ஏஜென்சி மூன்றாவது சிறப்பு மிக்க புகைப்படக் கலையாக அடையாளப்படுத்தப்பட்டது. அமெரிக்க புகைப்பட இதழ் 2003ல் மிகவும் பாராட்டி கௌரவித்தது.

நண்பர் குழுவுடன் சேர்ந்து கேரி நைட் 2005-ல் Angkor Photo Festivalஐ உருவாக்கினார்கள். ஆசியாவில் புதிய திறமைமிக்க புகைப்படக் கலைஞர் களை உருவாக்கும் பிரதான பணியை இது மேற்கொண்டது.

சிம்பாகில் என்பவருடன் இணைந்து 2008ல் கேரிநைட் 'Mort Rosenblum' என்ற வாராந்திர அச்சு இதழைக் கொண்டு வந்தார்கள்.

இந்தக் காலக்கட்டத்தில் ஈராக் முற்றுகை மற்றும் ஆப்கானிஸ்தான் தாக்குதல்களையும் காஷ்மீர் உள்நாட்டுப் போரினையும் ஆசிய சுனாமி குறித்த நிகழ்வுகளையும் களத்திலிருந்து புகைப்பட ஆதாரங்களுடன் செய்தியைத் தொகுத்தளித்தார் கேரிநைட்.

உலகெங்குமுள்ள ஏழ்மையைப் போக்கும் நிவாரண வழிமுறைகள் குறித்து மனித உரிமை ஆணையத்துக்கு கேரி நைட் கோரிக்கைகள் வைத்தார்.

அவரது இதுபோன்ற பணிகள் உலக ஊடகங்கள் குறிப்பாக News Weak, Time, The Sunday Times, The Newyork Times, Paris Match, Sterm, National Geographic போன்ற பத்திரிகைகள் மூலமாக வெளிக்கொணரப்பட்டன.

யுத்தக் களங்களில் கேரிநைட்டின் சிறப்பான பணிகள் உலகெங்கும் கண்காட்சி அரங்கங்களில் வைக்கப்பட்டன.

பல்கலைக் கழகங்களும் கல்வி நிறுவனங்களும் கேரி நைட்டின் சமூக நலப்பணிகள் யாவற்றையும் தத்தெடுத்துக் கொண்டன.

புகைப்படக்கலை மற்றும் பத்திரிகைத் துறை குறித்து கேரி நைட்டின் பயிற்சிப் பட்டறைகள் பன்னாட்டு மாணவர்களையும் சென்றடைந்தது.

சோவியத் யூனியன் யுத்தக்களமும் ஜேம்ஸ் நாச்வேயின் கேமராவும்

முதன் முதலில் 1976ல் 'Albuquerque' என்ற இதழுக்கு புகைப்படச் செய்தியாளராக பணியைத் துவக்கினார் ஜேம்ஸ் நாச்வே.

அதன்பின் 1981ல் வடக்கு அயர்லாந்தின் உள்நாட்டுக் கலவரம் பற்றி தன்னுடைய கேமராவின் மூலம் உன்னதமான படங்களைக் களத்திலிருந்து உலகுக்கு வெளிக்கொணர்ந்தார் அவர்.

அதனைத் தொடர்ந்து எண்ணற்ற போர்க்களப் பதிவுகள், சமூக பிரச்சினைக் களங்களின் உயிர்த்துடிப்பு என தனது பயணத்தின் பெரும்பகுதியை தென் ஆப்பிரிக்கா, லத்தீன் அமெரிக்கா, ரஷ்யா கிழக்கு ஐரோப்பா ஆகிய இடங்களில் செலவிட்டார் நாச்வே.

முந்தைய சோவியத் யூனியன் யுத்தக்கள குண்டுவெடிப்புகள், பஞ்சத்தின் கோர உருவம், மேற்கு ஐரோப்பா மற்றும் ஐக்கிய நாடுகளின் பல கொலைக் குற்றங்கள் தண்டனைக் கொடுமைகள் வாழ்வாதாரச் சிக்கல்கள் அனைத்தும் ஜேம்ஸ் நாச்வேயின் கேமரா மூலம் துல்லியமாகப் படம் பிடிக்கப்பட்டது.

1994ல் தென்னாப்பிரிக்காவின் தேர்தலை முன்னிட்டு பரபரப்பானார் நாச்வே.

Bang - Bang Club உடன் இணைந்து பணியாற்றிய தருணத்தில் ஹென் ஊஸடர் பரோக் கொடூரமாக கொல்லப்பட்டதன் சாட்சியாக ஜேம்ஸ் இருந்தார். அந்தப் படுகொலைச் சம்பவத்தில் கிரேக்க மரினோவிச் படு காயமடைந்தார்.

நாச்வே தன்னுடைய புகைப்படம் எடுக்கும் பணியின்போது அடைந்த படுகாயங்களும் சந்தித்த ஆபத்துகளும் ஏராளம்.

ஈராக்கை அமெரிக்கா முற்றுகையிட்டபோது நாச்வே அந்த யுத்த களத்தில் கொடூரமான காட்சிகளைப் படம் பிடித்த அனுபவத்தின்போது படுகாயமடைந்தார். இதுதான் அவரது படுகாய முதல் அனுபவம் என்கிறார்.

டைம் இதழ் தொடர்பாளர் மிக்கேல் வெய்ங்காப் யுத்தக் களத்தில் பயன்படுத்திய வாகனத்தின் மீது வீசி எறியப்பட்ட வெடிகுண்டு முதலில் வெடிக்கவில்லை.

கண்ணிமைக்கும் நேரத்தில் வெடிகுண்டை எறிந்தவர்கள் மீது மிக்கேல் வீச முற்பட்டபோது எதிர்பாராத விதமாக அந்த வெடிகுண்டு அவரது கையிலேயே வெடித்துச் சிதறியது.

அந்த வெடி விபத்தில் இரண்டு சிப்பாய்கள் காயமடைந்தனர். டைம் பத்திரிகையாளர்களும் படுகாயமடைந்தனர்.

நாச்வே அந்த யுத்தக் களக் காட்சியை பல கோணங்களில் புகைப்படமெடுத்து பகிரங்கப்படுத்தினார்.

அவரது மின்னல் வேக யுத்தக் களச் செயல்பாட்டின் காரணமாக படுகாயடைந்த பத்திரிகையாளர்கள் ஜெர்மனிக்கு விமானம் மூலம் கொண்டு செல்லப்பட்டனர்.

அதன்பின் அமெரிக்க மருத்துவமனைக்கு எடுத்துச் செல்லப் பட்டனர்.

உயிரைப் பணயம் வைப்பதற்கு சிறிதும் தயங்காதவர் நாச்வே. 2004 டிசம்பர் 26ல் தென்கிழக்கு ஆசியாவில் சுனாமியைப் படம் பிடிக்கச் சென்று நாச்வே உயிர் மீண்டது கடவுள் புண்ணியம்.

டைம் இதழுக்காக 1984லிருந்து இதுபோன்ற பேராபத்துகளுக்கு மத்தியில் புகைப்படக் கலைஞராக நாச்வே பயணித்து வந்திருக்கிறார். 'Black Star' க்காக 1980 முதல் 1985வரை இவர் பணியாற்றியுள்ளார்.

VII Photo Agency -யின் நிறுவன உறுப்பினராக 2001ல் நாச்வே போற்றப்படுகிறார்.

நாச்வேயின் புகைப்படங்கள் ஐரோப்பா மற்றும் அமெரிக்க ஐக்கிய நாடுகளின் கண்காட்சிப் பட்டறைகளில் பல்லாயிரக்கணக்கான மக்களால் பார்க்கப்பட்டன.

1994-ஆம் ஆண்டுக்கான World Press Photo விருது உட்பட கணக்கில டங்காத விருதுகளை நாச்வேயின் புகைப்படங்கள் பெற்றுள்ளன.

1983, 1984, 1986, 1994ஆம் ஆண்டுகளுக்கான Overseas Press Club's Robert Capa Gold Medal நாச்வேக்கு விதிக்கப்பட்டுள்ளன.

நாச்வேயின் கேமராவின் பன்முகத் தன்மையை வெளிக்கொணரும் விதமாக அவருடைய 'War Photographer' என்னும் ஆவணப்படம் 2001ல் வெளிவந்தது.

இந்த ஆவணப் படத்தை கிறிஸ்டியன் ஃபிரே என்பவர் இயக்கினார். சிறந்த ஆவணப் படத்திற்கான அகாடமி அவார்டைப் பெற்றது இப்படம்.

மிக உயரிய தகுதி பெற்ற 'Dan Davio Prize' 2002ல் நாச்வேக்கு வழங்கப்பட்டது. 2006ல் நாச்வேயின் வாழ்நாள் சாதனைக்கு விருதாக 'Heinz Family Foundation' வழங்கியது. இந்த விருது 25000 யுஎஸ் டாலர் மதிப்புள்ளதாகும்.

2007ஆம் ஆண்டுக்கான TED விருதும் நாச்வேக்கு வழங்கப்பட்டது.

2008ல் பிரான்ஸ் நாட்டின் பாரீஸ் நகரில் நாச்வே தன்னுடைய புகைப்படங்களின் உண்மைப் பிரதிகளை கண்காட்சியாக்கினார். அந்தப் புகைப்பட கண்காட்சிக்கு 'Struggle for Life' என்று பெயர் சூட்டினார்.

அந்தக் கண்காட்சியில் நாச்வே காசநோய் மற்றும் எய்ட்ஸ் குறித்த மனிதக் கவலைகளின் உச்சத்தைப் படம் பிடித்திருந்தார். இப்படங்கள் தாய்லாந்து, ஆப்பிரிக்கா மற்றும் சைபீரியாவில் அவரால் படம் பிடிக்கப் பட்டவை. அதில் உள்ள அநேகப் படங்கள் உலக நாடுகளின் புகழ் பெற்ற விஞ்ஞானிகள் பலரது கவனத்தையும் ஈர்த்தது.

1948 மார்ச் 14ல் நியூயார்க் நகரின் சிராகாஸ் என்னுமிடத்தில் பிறந்து, உலகின் மிகச்சிறந்த புகைப்படக்கலைஞராக யுத்தக்களத்தின் குருதியை ருசித்த சாதனையாளராக ஜேம்ஸ் நாச்வேயின் வாழ்க்கை அமைந் துள்ளதை ஊடகத்துறையினர் இன்றளவும் போற்றுவது உண்மை!

உயிரற்றப் பிணங்களை கேமராவில் உயிர்ப்பித்த மத்தேயு பிராடி

அமெரிக்க உள்நாட்டு யுத்தத்தை உலகுக்கு வெளிச்சம் போட்டுக் காட்டிய மத்தேயு பிராடி புகைப்பட பத்திரிகை யுலகின் தந்தையாக மதிக்கப்படுகிறார்.

யுத்தக் களத்தின் உண்மையான பிம்பங்களையும் உயிரற்ற உயிரோட்டத் தையும் மனித ஆன்மாவின் சோக வீழ்ச்சி யையும் முதன் முறையாக சாட்சியங் களோடு அமெரிக்கர்களின் மனசாட்சிக்கு அருகில் தன்னுடைய புகைப்படக் குழு வினரின் திறமை மூலம் படம்பிடித்துக் காட்டியவர் மத்தேயு.

புகைப்படக்காரராக ஏற்கனவே புகழ் பெற்றிருந்தபோதும் ரத்தக் கால்களுடன் யுத்தக் களத்தில் நின்று மனித வாழ்வின் சூறையாடலை வெளிக்

கொணர்ந்தபின் தன்னிரகற்ற புகழின் உச்சிக்கே சென்று விட்டார் மத்தேயு.

அவருடைய யுத்தக்கள புகைப்படப் பதிவுகள் பேசும் மொழியை அறிந்த பலரும் மத்தேயுவை குருதிக்கடல் பரப்பின் மனித உயிரற்ற உடல்களும் கந்தப் புகை மூட்டமும் காற்று மண்டல சுக்கலாய் கிழித் தெறியும் வெடிகுண்டு தீ நாக்குகளும்தான் அவரை ஒரு உன்னதமான கலைஞனாக உருவாக்கி உள்ளது என்று சிலாகித்தனர்.

அவருடைய புகைப்படப் பிணங்கள் ஆயிரம் கதைகளை வெளிப் படுத்துகின்றன. சதைக் கிழிசல்களும் ரத்த உறைவுகளும் போரின் பின்னணியையும் அதன் ஆழத்தையும் பேசாமல் பேசுகின்றன.

மத்தேயுவின் புகைப்படங்கள் போர்க்களத்தில் உயிரற்ற பிணங் களை உயிர்ப்பிக்கத் துடிப்பதுபோல கலை வடிவம் கொண்டிருக்கின்றன.

நியூயார்க் நகரின் வாரன் எனுமிடத்தில் 1822-ல் பிறந்த மத்தேயு இளமைப் பருவம் ஒரு ஒப்பற்ற கலைஞனுக்குள்ளிருக்கும் ஆத்ம தாகத்தை வெளிப்படுத்துவதாகவே இருந்தது.

நியூயார்க் நகரில் பகல் முழுவதும் புகைப்படக் கலைஞராகவும் இரவெல்லாம் நகைப்பெட்டி தயாரிக்கும் கூலிப் பணியிலுமாக மத்தேயு வின் பொழுது கழிந்தது.

நியூயார்க் நகரில்தான் ஸ்டில்கள் எடுப்பதன் கற்பனைகள் குறித்து தனக்கு அறிமுகம் செய்த சாமுவேல் மூர்ஸ என்பவரை மத்தேயு சந்தித்தார்.

சாமுவேல் மூர்ஸ்தான் தனிக்கம்பியின் மூலம் தந்தியைக் கண்டு பிடித்தவர். எடுக்கப்படும் ஸ்டில்கள் தங்களுக்குள் ஒரு மென்மையான கதை பேசும் உள்தெறிப்பைக் கொண்டிருக்க வேண்டும் என்பதை மூர்ஸ்தான் மத்தேயுவுக்கு அறிமுகப்படுத்தினார்.

1845-ல் மூர்ஸ் மற்றும் சில நண்பர்கள் உதவியுடன் தனது முதல் ஸ்டுடியோவை மத்தேயு திறந்தார்.

மத்தேயுவின் ஸ்டுடியோவைப் பற்றிய கட்டமைப்பு பலராலும் பேசப்பட்டு பிரபலமான அமெரிக்கர்களும் அங்கே வந்து பார்வை யிட்டனர்.மிக முக்கியமான அமெரிக்க கலைஞர்களில் மத்தேயுவும்

ஒருவர் என்று அதன்பின் அங்கீகரிக்கப்பட்டார்.

1985 ஆரம்பக் காலங்களில் மத்தேயுவின் புகைப்படக்கலை கடுமையான நெருக்கடிக்கு ஆளானது. நவீன தொழில்நுட்ப வருகை மத்தேயுவின் புகைப்படக்கலையின் ஆரம்ப நிலைகளை அசைத்துப் பார்க்கத் துவங்கியது.

1860-ல் மத்தேயு பிராடியின் வாழ்க்கை ஒரு பெரிய திருப்பத்திற்குத் தயாரானது.

அமெரிக்க உள்நாட்டுப் போர் மத்தேயுவின் நிகழ்கால ஒளிப்பதிவு முறைகளுக்கு விடை கொடுக்கச் செய்து அவரை புதிய உலகிற்கு அழைத்துச் சென்றது.

உண்மையின் ஆயுதத்தை அவரது கேமரா கண்கள் ஊடுருவிப் பார்க்கத் தொடங்கியது.

அவருக்குள்ளிருந்த கற்பனைகளை சிறிதும் தோற்றுவிடாமல் அவரது நவீன புகைப்படக் கலையின் பாதை அழைத்துச் சென்றது.

வெடித்துச் சிதறும் வெடிகுண்டுகளுடன் மனித சதைக் கோளங்கள் மாற்று வடிவம் கொள்வதை அவரது கேமரா அப்படியே பிரசவித்தது.

புல்ரன் யுத்தக் களத்திற்கு முதன் முதலாக செல்வதற்கு முன்னால் மத்தேயு எடுத்த புகைப்படங்களின் காட்சிகள் எல்லாம் ராணுவத்தின் அணிவகுப்பு முகாம் வாழ்க்கை, அதிகாரிகளின் நேர்காணல்கள் என அவர்களின் முழு பணிப் படங்களாகத்தான் இருந்தது.

அவர் எடுத்துக் கொண்ட நிகழ்வுத் திட்டங்களும் பெரும்பாலும் ராணுவத்தினரோடு மட்டுமே தொடர்புடையதாயிருந்ததும் அதற்கு ஒரு காரணம். மேலும், அச்சமயம் யுத்தம் இன்னும் தொடங்கப்படாத நிலையில் இருந்ததால் இம்மாதிரியான புகைப்பட நிகழ்ச்சி வடிவம் இயல்பானதாக அமைந்திருந்தது. ஆனால், அதன்பின் மத்தேயுவின் பார்வையில் மாற்றம் ஏற்பட்டது.

ஜூலை 21, 1861-ல் புல்ரன் முதல் யுத்தக் களத்தில் தொடங்கி மத்தேயு வாழ்க்கையில் சிலிர்ப்பூட்டும் அனுபவம் ஏற்பட்டது.

யுத்தக்களங்களில் நேருக்கு நேராக குண்டு வெடிப்புகளையும்

கோரச்சாவுகளையும் மத்தேயு சாட்சியாக நின்று படம் எடுக்கும் அனுபவம் வித்தியாசமாகவும் உயிருக்கு உத்தரவாதம் இல்லாத நிலையாகவும் இருந்தது.

இதற்கு முன் வாழ்நாளில் சந்தித்தறியாத பேரழிவுகளைக் கேமரா கண்கள் மூலம் அறிந்து அதிர்ச்சியுற்றார் மத்தேயு.

இடிந்து தரைமட்டமான வீடுகள், சர்ச்சுகள், இன்னும் அநேக நாசங்களை உள்ளடக்கி சூழ்ந்திருந்த யுத்தக்களச் சூழ்நிலையிலிருந்து வாஷிங்டன் ஸ்டுடியோவுக்கு வந்து சேர்ந்தார் மத்தேயு.

யுத்தக்களச் சாட்சியங்களை உண்மைகளை அப்படியே தத்ரூபமாக வெளிக்கொணர்ந்த அவரது கலைப்பணியை உலகம் வெகுவாகப் பாராட்டியது.

யுத்தக்களத்திலிருந்து அவரை எப்படியேனும் அப்புறப்படுத்த வேண்டும் என்ற முயற்சி அவரது நண்பர்களில் சிலர் மேற்கொண்டனர். அவரது குழுவில் மொத்தம் 17 போட்டோகிராபர்கள் இருந்தனர். அவர்களை உலகின் பல யுத்தக்களங்களுக்கும் அனுப்பி புகைப்படமெடுக்கச் செய்தார்.

அவர்களுக்கு எம்மாதிரியாக யுத்தக்களப் படங்களை வெளிக் கொணர வேண்டும் என வழிகாட்டியாக இருந்தார் மத்தேயு.

போர்க்களத்தின் அதி நெருக்கடியான சூழ்நிலைகளில் மத்தேயு குழுவினர் எப்படி இவ்வளவு தத்ரூபமான படங்களை படம் எடுத்து வெளிக் கொணர்கிறார்கள் என்று ராணுவத்தின் ஒவ்வொருவருக்கும் பிரமிப்பும் ஆர்வமும் இருப்பதைக் காண முடிந்தது.

போர்க்களத்தில் துப்பாக்கி வெடிகுண்டுகளை வைத்துக் கொண்டு எதிரிகளை வீழ்த்தும் ராணுவத்தினருக்கிடையில் ஆயுதமின்றி உயிரச்ச மின்றி பாதுகாப்பின்றி பேரழிவுகளுக்கு மத்தியில் துணிச்சலோடு கேமரா திரையில் படம் எடுக்கும் மத்தேயு குழு போராளிக் குழுவினரைப் பார்த்து ராணுவத்தினரும் மக்களும் பிரம்மிப்படைந்தனர்.

யுத்தக்களச் சாவுகளைப் படம் பிடித்து கண்காட்சி அரங்கத்தில் மத்தேயு வைத்தபோது பார்வையாளர்கள் கூட்டம் கூட்டமாக நெஞ்சம் பதைபதைக்கப் பார்த்தனர்.

இதில் மனதைக் கலங்கடிக்கும் விசயம் என்னவென்றால் இறந்த பிணங்களின் படங்களில் தங்களது தந்தை மகனைத் தேடுவதும், தமையன் சகோதரனை தேடுவதும், அடையாளம் கண்டு கண்ணீர் விடும் கூட்டமும் நாளுக்கு நாள் கூடியது.

எப்போதெல்லாம் நாடு யுத்தக்களத்தில் காணாமல் போய்க் கொண்டிருக்கிறதோ அப்போதெல்லாம் மத்தேயுவையும் நாம் களத்தில் தான் தேட வேண்டியுள்ளது.

தேச வரைபடக் கீறல்களில் ரத்தம் வழியும்போது கந்தகக் கிடங்குகள் வெடிக்கும்போது மாயாவியைப்போல அங்கே மத்தேயு நின்று காண்டிருக்கிறார்.

யுத்தக்களத்தின் துர்பாக்கியச் சீரழிவுகளைப் பிணக்கிடங்குகளின் கரி மூட்டத்தினை பெண்டிரின் பாலியல் நாசக் கொடூரத்தினை எல்லாம் யுத்தம் விழுங்கிய தேசத்தின் முகம் பார்க்கும் கண்ணாடியாக மத்தேயு காண்பித்தபோது, அமெரிக்காவின் புகழ் பெற்ற கவிஞர் ஆலிவர் வெண்டல் ஹோம்ஸ் தன்னுடைய கவிதாஞ்சலியை சமர்ப்பித்தார்.

சிவப்பு ரத்தம் தோய்ந்த மத்தேயுவின் பாதங்களில் விதி சோர்வை உண்டாக்கியது. உடனிருந்தோர் பெருந்துரோகம் செய்தனர். பெருங் கடனாளியானார் மத்தேயு.

தக்க சன்மானம் கிடைத்தால் தன்னிடம் எஞ்சியிருக்கும் யுத்தக்கள நினைவுப் படங்களை அரசின் அருங்காட்சியகத்திற்கு விற்று விடலாம் என முடிவு செய்தார் மத்தேயு.

அதிபரைக் கொன்று விட்டு மாற்று அரசாங்கம் உருவாக்குவதற்கான யுத்த அரசியலில் ஈடுபட்டுக் கொண்டிருந்தவர்களுக்கு மத்தேயுவின் வேண்டுதலுக்கு செவி சாய்க்க நேரமில்லை.

தன்னுடைய கடன்களுக்கு ஈடாக தன்னுடைய அனைத்துப் புகைப்படங்களின் மூலப் பிரதிகளை விற்க வேண்டிய நிர்ப்பந்தத்திற்கு ஆளானார் மத்தேயு. அரசாங்கம் அவருடைய படங்களை முடிவெடுத்த சமயத்தில் மத்தேயுவிடம் 25000 டாலர் மதிப்புள்ள படங்களே எஞ்சி யிருந்தன. அந்தப் பணத்தையும் கடன்காரர்களே விழுங்கித் தீர்த்தனர்.

நியூயார்க் பிரங் பைட்டேரியன் மருத்துவமனையில் மத்தேயு பிராடி சேர்க்கப்பட்டபோது அவரிடம் பைசா இல்லை. திவாலாகிப் போயிருந்தார். உறவினர்களோ நண்பர்களோ உதவ முன்வரவில்லை.

யுத்தக் களப் பேரழிவுகளை உயிரோட்டமாக படம் எடுத்து உலகின் கவனத்திற்கு கொண்டு வந்து வரலாறாக மாறிப் போன மாபெரும் புகைப்படக் கலைஞர் மத்தேயு கையில் பணமின்றி மருத்துவர்களால் கைவிடப்பட்ட நோயாளியாக 1896-ல் ஏப்ரல் 15ல் மரணத்தைத் தழுவினார்.

டான் எல்டன் கொலையும் திரைப்படமும்

நாற்பத்தாறு உலக நாடுகளில் பயணம் செய்தவர் ஏழு மொழிகளை அறிந்தவர் டான் எல்டன்.

இங்கிலாந்திலுள்ள ஹேம்ஸ்டட் என்னுமிடத்தில் பிறந்து வளர்ந்தவர். புகைப்படப் பத்திரிகையாளராகவும் கலைஞராகவும் சமூக நல சேவகராகவும் தன்னுடைய இருபத்திரண்டு வயது வாழ்க்கையை அர்த்தப்படுத்திக் கொண்ட அபூர்வமான சமூகப் போராளி அவர்.

ஆம் 1970 செப்டம்பர் 18ல் பிறந்த டான் எல்டன் 1993 ஜூலை 12ல் தன்னுடைய 22வது வயதிலேயே துரதிர்ஷ்ட வசமாக வாழ்க்கையை முடித்துக் கொண்டவர்.

மோகடிஸு யுத்தக்களம்தான் டான் எல்டனை வாரிக் கொண்டது.

மைக் எல்டன் மற்றும் காதி தம்பதியினருக்கு மகனாகப் பிறந்து எவ்வளவோ பெருமைகளைக் கொட்டிக் குவிக்க வேண்டியதிருக்க அற்ப ஆயுளில் அவர் காணாமல் போவார் என யாருமே எதிர்பார்க்கவில்லை.

டான் எல்டனுக்கு ஏழு வயதிருக்கும்போது எல்டனும் அவருடைய மூன்று வயது மூத்த சகோதரி அமியும் கென்யாவில் உள்ள நைரோபிக்கு அவர்களுடைய பெற்றோர்களுடன் சென்றார்.

டான் எல்டனின் தந்தை அதன்பின்னர் அமியை விவாகரத்து செய்துவிட்டு எவாலின் முங்கை எல்டன் என்ற கென்யா நாட்டுப் பெண்ணை மறுமணம் செய்து கொண்டார்.

1982-ல் ஒரு கும்பல் எல்டனையும் அவரது குடும்பத்தினரையும் அரசியல் சுழற்சிக்குள் சிக்க வைத்துவிட்டது.

எல்டன் கென்யாவில் ஒரு பத்திரிகையாளராகவும் அவரது தாயார் உள்ளூர் நடப்புகளை எல்லாம் கதையாக சித்தரித்து எழுதுபவராகவும் மாறினர்.

உள்ளூர் செய்தித்தாள்களில் எல்லாம் எல்டன் எடுத்த புகைப் படங்கள் வெளியாயின.

அடியானோ என்ற கென்ய நாட்டு இளம்பெண்ணுக்கு இருதய அறுவை சிகிச்சைக்காகவும் அவளது உயிரைக் காப்பாற்றவும் டான் எல்டன் நிதி திரட்டும் முயற்சியில் தனது 14வது வயதில் ஈடுபட்டார்.

அவருடைய சகோதரி மற்றும் நண்பர்களுடன் இணைந்து 5000 டாலர் பணம் திரட்டினார். ஆனால், மருத்துவமனையின் அலட்சியம் காரணமாக அந்த கென்யா பெண் அடியானோ இறந்து போனார்.

இதுபோன்ற சமூக நலப் பணிகளில் டான் எல்டன் தன்னுடைய இளம் வயதில் நிறையவே ஈடுபட்டார்.

பத்திரிகைப் பணியிலும் புகைப்படங்கள் எடுக்கும் பணியிலும் மிகவும் தீவிரமாக அப்போது ஈடுபட்டு வந்தார். நக்கலும் நையாண்டியும் மிகுந்த கார்ட்டூன்களை வரைவதில் அவர் மிகுந்த ஈடுபாடு உடையவராக விளங்கினார்.

தன்னுடைய தனிப்பட்ட அபிப்ராயங்களையும் கருத்துக்களையும் தைரியமாக வெளியிட்டு மிகக்குறுகிய வட்டத்தினரிடம் மட்டும் பகிர்ந்து கொள்ளும் பத்திரிகையாளராக அப்போது அவர் இருந்து வந்தார்.

1988-ல் கென்யாவில் உள்ள சர்வதேச பள்ளியில் பட்டம் பெற்றார் டான் எல்டன். அதன் மூலம் பன்னாட்டு உறவுகள் மற்றும் சமூக நலப் பணிகளுக்கான விருதுகளைப் பெற்றார்.

மிகச்சிறந்த மாணவராக உலக நாடுகளின் கலாச்சாரங்கள் குறித்த விமர்சனப் பார்வையுடையவராக இப்போதே அவர் விளங்கினார்.

கென்யாவை விட்டு Madamoiselle என்ற பத்திரிகையில் பணியாற்ற நியூயார்க் நகரம் சென்றார் டான் எல்டன்.

கலிபோர்னியாவில் உள்ள பாசடனா எனுமிடத்தில் உள்ள கல்லூரியில் எல்டன் ஜனவரியில் சேர்ந்தார்.

நைரோபியிலிருந்து மாலவி வரை ஐந்து நாடுகளுக்கு நில மார்க்கமாக இளைஞர்களோடு சேர்ந்து ஆய்வுப் பயணம் மேற்கொண்டார் டான் எல்டன்.

பாதுகாப்புப் பிரச்சினைகளுக்கு அங்கே உள்ள உள்ளூர் சிறைகளில் தங்கி இரவுகளை கழிக்க தீர்மானித்தார் டான் எல்டன்.

அந்தப் பயணத்தில் Student Transport Aid என்ற அறக்கட்டளை ஒன்றை டான் எல்டன் நண்பர்களுடன் சேர்ந்து ஆரம்பித்தார். உள்ளூர் தொலைக்காட்சி மற்றும் பத்திரிகைகள் இந்த அறக்கட்டளையை பிரபலப்படுத்தின.

பதினைந்து நண்பர்களுடைய உதவியுடன் 25000 டாலருக்கு நிதி சேகரித்தனர். மாலத்தீவில் அகதிகள் முகாம் ஒன்றை ஆரம்பித்தனர்.

ஆறு நாடுகளின் பிரதிநிதிகளாக டான் எல்டனின் நண்பர்கள் நைரோபியிலிருந்து பல்லாயிரக்கணக்கான மைல்களை மூன்று வாகனத்தின் மூலம் பயணம் செய்தனர்.

அங்கே அவர்கள் தங்களுடைய வாகனங்களை Save the Children Fund என்ற அமைப்புக்கு கொடுத்ததுடன் மூன்று கிணறுகள் உருவாக்கிடவும் குழந்தைகள் மருத்துவமனைக்கு கூடைகள் வாங்கவும் பண உதவி செய்தனர்.

அதன் பின்னர் மெராக்கோ நகருக்கு மற்றுமொரு சமூக நலப் பணிக்காக அவர் சென்றபோது மொரக்கோ கொள்ளையர்களால் தாக்கப் பட்டார்.

'Lost in Africa' என்ற படத்தின் உதவி இயக்குநராகப் பணியாற்ற ஏப்ரல் மாதத்தில் எல்டன் கென்யாவுக்கு வந்து சேர்ந்தார்.

அந்த வருட கோடையில் 1992ல் சோமாலியா நாட்டில் கடும் பஞ்சம் தலை விரித்தாடியது.

கென்யா அகதிகள் முகாமுக்கு எல்டன் பறந்து சென்றார். பன்னாட்டுச் செய்திக்குழு எல்டனுக்கு அங்கே செய்ய வேண்டிய பணிகள் குறித்து கட்டளையிட்டது.

அவர்களது வழிகாட்டல்படி நெருக்கடியான அந்தக் களத்திலிருந்து புகைப்படங்களை எல்டன் எடுத்துத் தள்ளினார்.

அமெரிக்க சிப்பாய்களுக்காக அமெரிக்கக் கடற்கரையில் காத்துக் கொண்டிருந்த சர்வதேச புகைப்படக்காரர்களுடனும் பத்திரிகையாளர் களுடனும் சேர்ந்து எல்டனும் காத்துக் கொண்டிருந்தார்.

இந்நிலையில் உலகம் முழுவதும் எல்டன் எடுத்த புகைப்படங்கள் செய்தித் தாள்களிலும் பத்திரிகைகளையும் ஆக்கிரமித்தன.

அதேநேரத்தில் பாகிஸ்தானில் சமாதானம் விரும்புபவர்கள் பலர் அங்கு வெடித்த வன்முறைகளில் உயிர் நீத்துக் கொண்டிருப்பது எல்டனின் மனதைத் துன்புறுத்திக் கொண்டிருந்தது.

'வார் ஷேம்' என்ற புனைப் பெயரில் டான் எல்டன் பணியாற்றினார்.

1993 ஜூலை 12ல் எல்டன், ஹன்சி கிராஸ், அந்தோணி மச்சேரியா மற்றும் ஹோம் மைனா ஆகியோர் கிளான் தலைவர் அய்டிட் என்பவரைக் கைது செய்வதற்கான ஐக்கிய நாட்டுப் படையின் முற்றுகையை படம் பிடித்து செய்தி சேகரிக்க சென்றிருந்தனர்.

அந்த வீட்டில் அய்டிட் ஒளிந்திருக்கிறார் என்று நம்பித்தான் துப்பாக்கிச் சூடு நடத்தப்பட்டது. ஆனால், அந்தத் துப்பாக்கிச் சூட்டில் 74 அப்பாவி மக்கள் பெண்கள் குழநதைகள் உட்பட அனைவரும் கொல்லப்பட்டனர்.

அந்தக் கொடூரக் களத்தை புகைப்படம் எடுக்க எல்டன் குழுவினர் சென்றபோது சோமாலியர்கள் அவர்கள் மிது கொலைவெறித் தாக்குதல் நடத்தினர்.

எல்டன் குழுவினர் அனைவரும் கற்களால் எறியப்பட்டு தாக்கு தலுக்கு ஆளாகி இறந்தனர்.

நியூயார்க் டைம்ஸ் பத்திரிகையில் 2007 டிசம்பர் 28ல் இச்செய்தி வெளியானது.

டான் எல்டனின் சென்னையை மையப்படுத்தி 'The Jouney is the Destination' என்ற திரைப்படத்தை பிரான்வென் ஹூக்ஸ் இயக்கினார். கென்யாவில் இந்தப் படம் வெளியிடப்பட்டது.

கடாஃபியின் கொலைவெறிக்கு ஆளான ஆண்டன் ஹேமர்

லிபியன் உள்நாட்டுப் போரின் யுத்தக்கள நேரடி சாட்சி ஆண்டன் ஹேமர். ரத்த சாட்சியும் அவர்தான். கடாபியின் ஆதரவாளர்களால் யுத்தக் களத்திலேயே கொல்லப்பட்டவர்.

இவர் தென் ஆப்பிரிக்காவின் ஜோகன்ஸ்பர்கில் 1969 டிசம்பர் 12-ல் பிறந்தவர்.

கிங் எட்வர்ட்ஸ் ஆரம்பப் பள்ளியில் ரூஸ்வெல்ட் உயர்நிலைப் பள்ளியிலும் படித்தார் ஆன்டன் ஹேமர்.

1990களில் அவரது புகைப்படக்கலை படிப்புகள் முடிந்ததும் புகைப்பட பத்திரிகையாளராக தனது வாழ்க் கையைத் தொடர்ந்தார்.

தென்னாப்பிரிக்க பாதுகாப்புப் படை பணிக்கு இழுத்துச் செல்லப் பட்ட அவர் இரண்டாண்டுகள் படையில் பணியாற்ற வேண்டிய தாயிற்று.

பென்னி சுக்ராஜ் என்பவரை 2003-ல் மணந்தார். மூன்று குழந்தை களுக்குத் தந்தையானார். ஆண்டன் ஹேமர் ஆஸ்திரியா மற்றும் தென்னாப்பிரிக்கா ஆகிய இரு நாடுகளின் குடிமகனாக இருந்தார்.

'தி ஸ்டார்' என்ற பத்திரிகைக்கு புகைப்படக் கலைஞராக 1992ல் பணிபுரிந்தபோது ஹெறன் ஊஸ்டர் புரோக் என்பவரை சந்தித்தார். இவர் 'பாங் பாங் கிளப்' உறுப்பினராக இருந்தார்.

அதன்பின் அசோசியேடட் பிரஸ்-ல் ஹேமர் பணியாற்றினார்.

2001ல் சாடர்டே ஸ்டார்-ன் தலைமை புகைப்படக்காரராகவும் பத்திரிகை ஆசிரியராகவும் பணியாற்றினார்.

2006 முதல் 2011 வரையிலும் லண்டனுக்குச் சென்று சுதந்திரமான போட்டோ பத்திரிகையாளராக செய்திகளை சேகரித்து வெளியிடுவதை வழக்கமாகக் கொண்டிருந்தார் ஹேமர்.

இரவும் பகலும் பாராது எப்போது துருதுருவென யுத்தக் களங் களைப் படமெடுத்து வந்த ஹேமருக்கு ஏப்ரல் 5, 2011 கடைசி நாளாக அமைந்துவிட்டது.

பிரேகா ஊருக்கு வெளியே பாலைவனம் போல துண்டிக்கப்பட்ட பகுதியில் லிபியா நாட்டு படை வீரர்களால் ஆண்டன் ஹேமர் மற்றும் மூன்று செய்தியாளர்கள் கொல்லப்பட்ட செய்தியை ஊடகங்கள் வெளியிட்டன.

குளோபல் போஸ்ட்டுக்கு தொடர்ந்து செய்திகளை அனுப்பி வரும் அமெரிக்க நாட்டுச் செய்தியாளர் ஜேம்ஸ் போலே, அட்லாண்டிக் மந்த்லிக்கு மற்றும் ஸ்பெயின் நாட்டு செய்தியாளர் மானுபிரபோ ஆகியோர் ஹேமருடன் அந்த யுத்தக்களத்தில் பணியாற்றினார்கள்.

காப்பாற்றுங்கள், காப்பாற்றுங்கள் என்று ஹேமர் அலறும் குரலை முதலில் காதில் கேட்டவர்கள் போலேயும், கில்ஸுசும்தான்.

ஹேமர் கடாபியின் ஆதரவாளர்களால் சுட்டுக் கொல்லப்பட்டதைக்

காண ஓடி வந்த நிலையில் அந்த அமெரிக்க செய்தியாளர்களும் ஸ்பெயின் நாட்டு செய்தியாளரையும் கடாபியின் ஆதரவாளர் கூட்டம் சூழ்ந்து கொண்டு பலமாகத் தாக்கி சிறைப்பிடித்தனர்.

"ஹேமர் அங்கே இறந்து கிடந்ததைப் பார்த்ததுமே எல்லாமே மாறிப் போய் முடிவை நெருங்கிவிட்டோம் என்பதைப் புரிந்து கொண்டேன்" என்று அமெரிக்க செய்தியாளர் தெரிவித்தார்.

யுத்தக்களத்தில் ஹேமரைக் கொன்ற பின்பு நாற்பத்தைந்து நாட்கள் வரை அவர் உயிருடன் இருப்பதாக பொய்யான தகவலை லிபியா நாட்டு அரசாங்கம் கொடுத்து வந்தது.

இந்த யுத்தக்கள படப்பிடிப்பு பயணத்தின் துவக்கத்திலேயே ஹேமருடன் இருந்த இரண்டு பத்திரிகையாளர்களை ஏற்கனவே லிபியா நாட்டு சிப்பாய்கள் கொன்றுவிட்டனர்.

அவர்கள் இருவரும் பெங்காசி எனுமிடத்தில் மார்ச் மாதத்தில் கொல்லப்பட்டனர்.

மார்ச் 28ல் லண்டனிலிருந்து லிபியாவுக்குப் புறப்பட்டார் ஹேமர். லிபியா நாட்டு தளபதி கடாபியின் ஆட்சிக்கு எதிரான கலகம் மிக உச்சத்தை எட்டிக் கொண்டிருந்த நிலையில் அதனைப் படம் பிடிக்க திட்டமிட்டார்.

பத்திரிகையாளர் குழுவுடன் பெங்காசி பகுதியைத் தாண்டி கிராமப்புறம் போலத் தோன்றும் ஒரு பகுதியில் தாங்கள் பயணம் செய்து கொண்டிருப்பதாக ஏப்ரல் 4-ஆம் தேதி ஹேமர் தங்களிடம் தொலைபேசி யில் பேசியதாக அவரது குடும்பத்தினர் தெரிவித்தனர்.

அதற்கு மறுநாள் ஹேமர் பிரேகா பகுதிக்கு வெளியே இருந்த பாலைவனப் பகுதியில் கொல்லப்பட்டார்.

ஹேமருடைய தலைமையில், கடாபி படையினருக்கும் கலகக்காரர் களுக்கும் நடந்து கொண்டிருந்த யுத்தக் களத்தை ஊடுருவிக் கொண்டு செய்தியாளர் குழு சென்றபோதுதான் ஹேமர் கொல்லப்பட்டார். மற்றவர்கள் தாக்குதலுக்கு ஆளாகி சிறைபிடிக்கப்பட்டனர். அந்தப் பாலைவனத்தின் இடது பக்கமாக இரத்தம் வழிந்து உறைந்த நிலையில் அகோரமாகச் சுட்டுக் கொல்லப்பட்டுக் கிடந்தார் ஹேமர்.

யுத்தம் நடந்து கொண்டிருந்த பகுதி நோக்கி பத்திரிகையாளர்கள் மற்றும் ஹேமர் காரில் போய்க் கொண்டிருந்ததைப் பார்த்தவர்களின் சாட்சியங்களை ஊடகங்கள் வெளியிட்டன.

ஹேமர் சாகவில்லை என்று வடிகட்டிய பொய்யினை லிபியா சொல்லி வந்த நிலையில் அதனை ஏற்றுக் கொண்ட ஹேமரின் குடும்பத்தினர் அவரை எப்படியாவது மீட்டுத் தரும்படி அதற்கு உதவிடுமாறு தென்னாப்பிரிக்க அரசாங்கத்திடம் கோரிக்கை வைத்தனர்.

அமெரிக்க பத்திரிகையாளர்களோடு ஹேமரையும் பிடித்து லிபியா நாட்டில் சிறை வைத்துள்ளார்கள் என்று மனித உரிமை கண்காணிப்பகம் கேட்டபோது ஹேமரின் மனைவி சாட்சியம் அளித்துள்ளார்.

ஐ.நா. மற்றும் உலக நாடுகளும் ஹேமரைப் பற்றிய செய்திகளில் கவனமாகி லிபியா ஹேமர் கொல்லப்படவில்லை என்று சாதித்தது.

இணைய தளத்திலும் ஹேமர் நன்றாக இருக்கிறார் என்று லிபியா நாட்டு ராணுவத்துறை முழுப் பூசணிக்காயை சோற்றில் மறைத்தது.

கடாபி மீது சந்தேகக் குற்றச்சாட்டினை அமெரிக்கா உள்பட பல உலக நாடுகளும் வைக்கத் தொடங்கின. அவரும் அவரது அரசாங்கமும் அசருவதாக இல்லை.

அயல்நாட்டு பத்திரிகையாளரை சர்வதேச பத்திரிகை சட்டப்படி சிறை பிடித்து வைத்திருப்பது தண்டனைக்குரிய குற்றம். எனவே, அவர் உடனே விடுவிக்கப்பட வேண்டும் என்ற கோரிக்கை மிகத் தீவிரமாக எழுந்தது.

ஏப்ரல் 28-ல் கடாபி மீது இது தொடர்பான மனித உரிமை மீறல் குற்றப் புலனாய்வு அறிக்கை பெற்றுத் தரும்படி மூவர் குழுவை ஐ.நா. லிபியாவிற்கு அனுப்பியது.

ஹேமர் விடுதலைக்காக ஊர்வலங்களும் போராட்டங்களும் நாளும் முளைத்தன. ஹேமர் உள்பட மற்ற மூன்று பத்திரிகையாளரையும் விடுவிக்கக் கோரி 32000 கையெழுத்து வேட்டை நடத்தப்பட்டது.

ஆண்டன் ஹேமர் காணாமல் போய் நாற்பது நாட்கள் ஆகிய நிலையில் இதனை உலகுக்குத் தெரியப்படுத்தும் முகமாக 'யெல்லோ ரிப்பன்ஸ் ஆஃப் ஹோப் ஃபார் ஆண்டன்' ஊர்வலம் லண்டனில்

நடத்தப்பட்டது. உலக நாடுகள் எங்கும் அதனை நடத்தும்படி கோரிக்கை வைக்கப்பட்டது.

லிபியா நாட்டு அரசாங்கம் ஹேமர் உட்பட பிற பத்திரிகையாளர்களையும் விடுதலை செய்ய ஐ.நா. மன்றத்தால் மே 17-ல் உத்தரவிடப்பட்டது. உலகமே விழிகளை அகலத் திறந்து உண்மையை அறிய காத்துக் கிடந்தது.

திரிபோலியில் உள்ள ரிக்ஷாஸ் ஹோட்டலுக்கு லிபியாவின் சிறையிலிருந்த பத்திரிகையாளர்கள் கொண்டு வரப்பட்டார்கள்.

ஹேமரின் குடும்பத்தினர், உறவினர்கள், நண்பர்கள் மற்றும் இதர பத்திரிகையாளரின் குடும்பத்தினர் யாவரும் அங்கே கூடியிருந்தனர். ஒருவர் பின் ஒருவராக அமெரிக்க பத்திரிகையாளர் ஜேம்ஸ் போலே, கிளாரா மர்கானா கில்ஸ்... மானுபிரபோ வந்தனர். ஆனால், எங்கே ஹேமர்?

இத்தனை நாட்களும் லிபியாவின் மடிக்குள் இருந்த மர்மப் பூனை வெளியே குதித்து ஓடியது. ஹேமரின் இறப்பை இனியும் மறைக்க இயலாது.

ஹேமரின் குடும்பத்தினர் தற்போதைய லிபியா அதிபர் ஸுமாவிடம் மன்றாடுவதைத் தவிர வேறு எதுவும் செய்ய முடியாது. எப்படியேனும் ஹேமர் பற்றிய உண்மையை லிபியா நாட்டு ராணுவத்தினரிடம் குறிப்பாக கடாபியின் ஆதரவுப் படை வீரர்களிடம் விசாரித்து தெரிவிக்க வேண்டும் என்று வேண்டுகோள் வைக்கப்பட்டது.

அதன் பிறகு தெருத்தெருவாக ஹேமரை மீட்பதற்காக கண்டனப் பேரணி ஆர்ப்பாட்டம் நடத்தி வந்தனர்.

தென்னாப்பிரிக்காவின் பன்னாட்டு உறவு மற்றும் கூட்டுறவு அமைப்பு து மூலம் லிபியா உள்நாட்டுப் போரில் இறந்தவர்களைப் புதைத்த விபரங்களைத் தேடும் முயற்சியில் ஹேமரைப் பற்றித் துருவினர்.

இன்றுவரை ஹேமரின் இறப்பு அதிகார பூர்வமாக தெரிவிக்கப்பட வில்லை.

ரஷ்யா துருக்கி குருதிக் களத்தில் பிரான்சிஸ் டேவிஸ் மில்லட்

அமெரிக்காவிலுள்ள மாசாசூசட்ஸ் படைப்பிரிவில் டிரம் வாசிக்கும் பையனாக ஆரம்பத்தில் பிரான்சிஸ் டேவிட் மில்லட் பணிபுரிந்தார். அப்போது அவருக்கு வயது பதினைந்து.

அவருடைய தந்தை மருத்துவத் துறையில் அறுவை சிகிச்சை நிபுணராகப் பணியாற்றியதால் பிரான்சிஸ் அவருக்கு உதவியாளராக இருந்து வந்தார்.

அமெரிக்க உள்நாட்டு யுத்தக் களத்தில் நேரடியாக அவருடைய தந்தை யுடன் இணைந்து அறுவை சிகிச்சைப் பணியில் ஈடுபட்டார்.

1848 ஏப்ரல் 15ஆம் தேதி அமெரிக்கா வில் உள்ள மட்டாபாயிசட் என்னு

மிடத்தில் பிறந்த பிரான்சிஸ் மிகச்சிறந்த பெயிண்டராகவும் சிற்பியாகவும் எழுத்தாளராகவும் புகைப்படக் காரராகவும் விளங்கினார்.

இவர் ஹார்வர்டு பல்கலைக் கழகத்தில் தன்னுடைய முதுநிலை பட்டத்தினை பயிற்சி பெற்றார்.

'பாஸ்டன் கூரியர்' எனும் இதழாசிரியராகவும் செய்தியாளராகவும் பணியாற்றினார்.

1870களின் ஆரம்பத்தில் ரோம் நகரில் பிரான்சிஸ் ஒரு ஸ்டுடியோ நடத்தி வந்த அதன் பிறகு வெனீஸ் நகரிலும் ஒரு ஸ்டுடியோவை நடத்தி வந்தார்.

சார்லஸ் வாரண் ஸ்டோடர்டு என்ற அமெரிக்க பத்திரிகையாள ருடன் இணைந்து அந்த ஸ்டுடியோவை நடத்தி வந்தார்.

1876-ல் ஜான்லா பார்ஜ் என்பவருடன் இணைந்து பாஸ்டனில் உள்ள டிரினிடி சர்ச்சில் ஓவியப் பணி மேற்கொள்வதற்காக பிரான்சிஸ் பாஸ்டன் வந்து சேர்ந்தார்.

பெல்ஜியம் ஆன்ட்வர்ப்பில் உள்ள 'ராயல் அகாடமி ஆஃப் ஃபைன் ஆர்ட்ஸ்ல்' சேர்ந்து முதலாம் ஆண்டில் வெள்ளிப் பதக்கம் வென்றார். இரண்டாம் வருடம் தங்கப் பதக்கம் வென்றார்.

1877-78ல் நடைபெற்ற ரஷ்ய துருக்கி யுத்தத்தின்போது நியூயார்க் ஹெரால்டு, தி லண்டன் டெய்லி நியூஸ், லண்டன் கிராபிக் ஆகிய ஊடகங்கள் சார்பாக யுத்தக்கள பத்திரிகையாளராக புகைப்படக்காரராக ஒருங்கிணைப்பாளராக பிரான்சிஸ் பல சாதனைகள் புரிந்தார்.

ரஷ்ய துருக்கி யுத்தக்கள நிகழ்வுகளை உலகுக்குத் துல்லியமாக படம் பிடித்து வெளிக் கொணர்ந்தார்.

அந்த யுத்தத்தில் துணிச்சலாக பங்கேற்று காயமுற்ற அப்பாவிகளுக்கு மருத்துவ உதவி செய்தும் பிரான்சிஸ் பணியாற்றியதை ரஷ்யாவும் ருமேனியாவும் பாராட்டி கௌரவித்தது.

பிரான்சிஸ் மிகச்சிறந்த ஓவியக் கலைஞராக அமெரிக்க கலைஞர்கள் வரிசையில் பாராட்டப்பட்டார். 1880 மற்றும் 1885-ல் அவர் நேஷனல் அகாடமி ஆஃப் டிசைன் உறுப்பினராகத் தேர்வு செய்யப்பட்டார்.

ஃபைன் ஆர்ட்ஸ் கமிட்டியின் உதவி தலைவராக அவர் கௌரவிக்கப் பட்டார். மெட்ரோபாலிடன் மியூசியம் ஆஃப் ஆர்ட்-ன் டிரஸ்டியாகவும் நேஷனல் காலரி ஆஃப் ஆர்ட்-ன் ஆலோசனைக் குழுவாகவும் பாராட்டப் பட்டார்.

பிரான்சிஸ் மிகச்சிறந்த எழுத்தாளராகவும் விளங்கினார். டால்ஸ்டாய் நூல்களை மொழியாக்கம் செய்தார். அநேக சிறுகதைகள் கட்டுரைகள் வடித்தார்.

1892-ல் வெளியான இவரது 'கேபில்லரி கிரைம் & அதர் ஸ்டோரிஸ்' இவருக்கு மிகுந்த புகழைத் தந்தது.

மிகச்சிறந்த சிற்பியாகவும் வடிவமைப்பாளராகவும் விளங்கிய பரான்சிஸ் 1907-ல் சிவில் வார் மெடல்-ஐ அமெரிக்க படை வீரர்களுக்கு வழங்கும் பொருட்டு வடிவமைத்து அமெரிக்க ராணுவத்துறையினரிடம் அவர்களது வேண்டுகோளுக்கிணங்க வழங்கினார்.

1912 ஏப்ரல் 10-ல் சேர்பர்க்கில் டைட்டானிக் விபத்தில் பிரான்சிஸ் அகால மரணமடைந்தார். பெண்களையும் குழந்தைகளையும் மீட்புப் படகு மூலம் காப்பாற்றும் முயற்சியில் ஈடுபட்டுக் கொண்டிருந்த பிரான்சிஸ் நீருக்குள் மூழ்கிப் போனார்.

அவரது உடல் கண்டுபிடிக்கப்பட்டு அவரது சொந்த ஊருக்கு எடுத்துச் செல்லப்பட்டு அடக்கமும் செய்யப்பட்டது.

பிரான்சிஸ் நினைவாக 1913-ல் நினைவு நீரூற்று ஒன்று வாஷிங்டனில் உருவாக்கப்பட்டது.

உலகப் போர்க்களங்களும் கேத்ரீன் புகைப்படங்களும்

வியட்நாம் யுத்தக் களத்தின் அஸ்திக் குவியலையும் அலறல் மொழிகளையும் படங்களுடன் கூடிய செய்திக் கதைகளாக 'லைஃப் மாகசைன்' இதழின் பக்கங் களைத் தொடர்ந்து நிறைத்து வந்த பெருமை பிரெஞ்சு நாட்டைச் சேர்ந்த கேத்ரீன் லேராயைச் சேர்ந்தது.

பாரீஸ் கான்வட் பள்ளியில் கேத்ரீன் லேராயின் துவக்கக் காலக் கல்வி மலர்ந்தது.

போர்ச் சித்திரங்களைப் பார்த்துப் பார்த்துப் பழகிய கேத்ரீன் வியட் நாமுக்கு பயணம் சென்று யுத்தக் களத் தின் உண்மையான முகத்தை உலகுக்கு வரைந்து காட்ட விரும்பினார்.

தன்னுடைய 21வது வயதில் 1966-ஆம் ஆண்டு லாவோஸ் நகருக்குப் பயணம் செய்தார்.

சைகான் வந்தபோது கேத்தரீன் ஹார்ஸ்ட் பாஸ் என்ற புகைப்படக் காரரைச் சந்தித்தார். இவர் அசோசியேட் பிரஸ் தலைமை ஆசிரியர் ஆவார்.

ஒரு வருடம் கழித்து பாராசூட்டில் குதித்து இறங்கிய முதல் பெண் போட்டோக்காரராக கேத்தரீன் பதிவு செய்யப்பட்டார்.

ஹில் 881 யுத்தக்களத்திற்கு இரண்டு வாரத்திற்குப் பின்னர் கேத்தரீன் கடற்படை குழுவினரால் காயமுற்றார்.

1968-ல் கேத்தரீன் வடக்கு வியட்நாமிய படையால் சிறை பிடிக்கப் பட்டார். அங்கிருந்து ரகசியமாக Life Magazine இதழுக்கு வடக்கு வியட்நாமிய படை குறித்த கவர் ஸடோரியை வெளியிடச் செயதார்.

அவருடைய புகழ் பெற்ற புகைப்படக் களஞ்சியமாக Corpsman in Anguish (1967) விளங்குகிறது. அமெரிக்க கடற்படை வீரர், வெர்னன் வைக் சம்பந்தப்பட்ட மூன்று யுத்தக்களப் படங்கள் அவை.

யுத்தக்கள புழுதி காற்று மண்டலத்தில் புகையால் அடைத்திருக்க வெர்னன் வைக் குண்டடிபட்ட அவரது தோழரை இழுத்துக் கொண்டு வருவதை தத்ரூபமாக படம் பிடித்திருந்தார் கேத்தரீன்.

முதல் படத்தில் நண்பரின் மார்புக் காயத்தில் வழியும் குருதியை இரண்டு கைகளாலும் மூடி அமுக்கும் வெர்னன் வைக்...

இரண்டாவது படத்தில் நண்பருக்கு உயிர் இருக்கிறதா என்பதை அறியும் பதட்டமாய் வெர்னன் அந்தக் காயம் பட்ட நண்பரின் மார்பில் இதயத் துடிப்பைக் கேட்க முயற்சிக்கிறார்...

மூன்றாவது படத்தில் நண்பர் செத்து விட்டார் என்பதை முடிவு செய்யும் வெர்னன் வைக்.

வியட்நாம் யுத்தத்திற்குப் பிறகு பல்வேறு நாடுகளின் உள்நாட்டுப் போர்களை குறிப்பாக சைப்ரஸ், சோமாலியா, ஆப்கானிஸ்தான், ஈரான், ஈராக், லிபியா, லெபனான் போன்ற நாடுகளின் போர்களை கேத்தரின் படம் பிடித்து உலகுக்கு செய்தியாக்கினார்.

இந்த அனுபவங்கள் யாவும் அவரைப் புகழ்பெற்ற யுத்தக்கள செய்தியாளராக பிரகடனம் செய்தது.

யுனைடெட் பிரஸ் இண்டர்நேஷனல் மற்றும் தி அசோசியேடட் பிரஸ் ஆகிய நிறுவனங்களுக்கு கேத்தரின் தனது செய்திகளை விலையாக்கி வந்தார்.

'Ron Kovic' மற்றும் 'Anti war Vietnam Veterans' ஆகிய படங்களை கேத்தரின் ஒளிப்பதிவு செய்து இயக்கினார்.

மேலும், இவர் 'West-Beirut' முற்றுகை மற்றும் 'Israeli Army' ஆகிய நூல்களையும் எழுதி வெளியிட்டார்.

இவர் ஏராளமான விருதுகளை வென்று குவித்தார். Robrt Capa Gold Medal விருதினைப் பெறும் முதல் பெண் போட்டோகிராபராக 'Civil war in Lebanon' செய்தித் தொகுப்புக்கு 1976ல் பாராட்டப் பெற்றார் கேத்தரீன்.

2006 ஜுலை 8ல் கேத்தரீன் கலிபோர்னியாவில் சாண்டா மோனிகா எனுமிடத்தில் நுரையீரல் புற்றுநோய் காரணமாக காலமானார்.

தாயகம் காக்க உயிர் துறந்த கேமரா போராளி கோடான் லெடரர்

தன்னுடைய தாயகமான யுகோஸ்லேவியாவின் விடுதலை போராட்ட யுத்தக்களத்தில் ரத்தம் வழியும் கேமராவை கையில் பிடித்தபடி தன்னுடைய உயிரை நீத்த மகத்தான போராளியாக கோடான் லெடரர் இன்றும் என்றும் என்றென்றும் வரலாற்றில் வாழ்ந்து கொண்டிருக்கிறார்.

1958 ஏப்ரல் 21-ல் யூகோஸ்லேவியாவின் ஜாக்ரப் என்னுமிடத்தில் விலாங்டா லெடரருக்கு மகனாகப் பிறந்தார்.

யுகோஸ்லேவியா பத்திரிகை கலை நிறுவனத்தில் பட்டம் பெற்ற இவர் 1983ல் திரைப்படக்கலை மற்றும் தொலைக் காட்சிப் பதிவுகளில் திறம்பட அகாடமி

ஆஃப் டிராமாட்டிக் ஆர்ட்-ல் பயின்றார்.

1986-ல் தொல்பொருள் துறைப் பிரிவில் பயின்று முதுகலைப் பட்டம் பெற்றார். படிக்கும்போது மொஜ்மிர் கோனிக் எனும் வன் பயிலும் நண்பருடன் சேர்ந்து 'Maybridge and Comp' என்ற 35MM படத்தினை எடுத்தார் கோடான் லெடரர்.

இந்தப் படம் இண்டர்நேஷனல் அனிமேடட் பிலிம் அசோசியேஷன் விருதினை 33வது யுகோஸ்லேவியா ஆவணம் மற்றும் குறும்பட திருவிழாவுக்கு பெல்கிரேடில் பெற்றது.

1986 முதல் 1989 வரை 'The Elm-Chanted Forest and 'The Magicians Hat'' ஆகிய அனிமேஷன் படங்களுக்காக ஒளிப்பதிவாளராக கோடான் லெடரர் பணியாற்றி வந்தார்.

இந்தக் காலக்கட்டங்களில் அநேக வீடியோ அனிமேஷன் படங்களையும் தயாரித்தார்.

1988லிருந்து லெடரர் திரைப்படத் தயாரிப்பாளர் சங்க உறுப்பினராக செயலாற்றினார். 1987 முதல் யுகோஸ்லேவியாவில் ரேடியோ டெலிவிசனிலும் தொடர்ந்து பணியாற்றி வந்தார்.

இதற்கிடையில் எண்ணற்ற ஆவணப் படங்களையும் எடுத்தார். இதற்காக பல நாடுகளுக்கு பயணம் செய்ய வேண்டியிருந்தது.

இதன் காரணமாக 1991-ல் யுத்தக்களப் புகைப்படக்காரராக உருவெடுக்க அவருக்குப் பல்வேறு அனுபவங்கள் கிடைத்தன.

லெடரர் அனா லெடரரை தனது வாழ்க்கைத் துணைவியாக்கிக் கொண்டார். பேட்ரா என்ற மகள் இந்தத் தம்பதியருக்குப் பிறந்தது.

யுகோஸ்லேவியாவின் விடுதலைப் போர் துவங்கிய நாளிலிருந்து லெடரர் கேமராவும் தோளுமாக யுத்த நெருக்கடிகள் ஏற்பட்ட அனைத்துப் பகுதிகளுக்கும் சென்று புகைப்படம் எடுத்து வந்தார்.

1991 ஆகஸ்டு 9ல் யுகோஸ்லேவியாவின் படை வீரர்கள் சண்டையிட்டுக் கொண்டிருந்ததை லெடரர் படம் எடுத்துக் கொண்டிருந்தபோது எங்கிருந்தோ இவரை நோக்கிப் பறந்து வந்து துப்பாக்கிக் குண்டு பாய்ந்து ரத்த வெள்ளத்தில் சாய்த்தது.

லெடரருடைய கேமரா யுத்தக்களத்து அனைத்து நிகழ்வுகளையும் பதிவு செய்து வெட்ட வெளிச்சமாக்கியது.

லெடரர் குண்டு பாய்ந்து சாய்ந்த நிலையில் அவரை மார்டர் சிறைக் கொட்டடியில் அடைப்பதற்குத் திட்டமிட்டனர்.

சேக்ரப் இடத்திற்கு காரில் கொண்டு செல்லும் வழியிலேயே லெடரர் உயிர் பிரிந்தது.

யுகோஸ்லேவிய மக்கள் ராணுவப்படைத் தலைவர் லெடரரை ஹெலிகாப்டர் மூலம் கொண்டு சென்றிருந்தால் உயிர் பிழைத்திருப்பார். ஆனால், அவர்கள் அதற்கு சம்மதிக்கவில்லை.

லெடரர் மிரோகோஜ் கல்லறையில் அடக்கம் செய்யப்பட்டார்.

அவர் இறந்த பின்னர் அவரது தாயார் எழுதிய கடிதம் ஒன்று 'Crotian Daily Vjesnik' இதழில் 1991 ஆகஸ்டு 14ல் பிரசுரிக்கப்பட்டது.

என்னுடைய மகன் கோடான் லெடரர் 1991 ஆகஸ்டு 9ஆம் தேதி யன்று கையில் கேமராவை வைத்தபடி படம் பிடித்துக் கொண்டிருந்த நிலையில் மிகக்கொடூரமான முறையில் செட்னிக் படைக்குழுவினரால் சுட்டுக் கொல்லப்பட்டிருப்பது மன்னிக்க முடியாதது என்று கூறி யிருந்தார்.

1999-ஆம் ஆண்டு மிலன் சோரிக் என்ற ராணுவ அதிகாரி கோடான் லெடரர் கொலை வழக்கில் குற்றவாளியாக தண்டிக்கப்பட்டார். ஆனால், 2002 செப்டம்பர் 18-ல் மிலன் சோரிக் சுப்ரீம் கோர்ட்டில் மேல் முறையீடு செய்தார்.

சுப்ரீம் கோர்ட் மிலன் சோரிக் மீது சாட்டப்பட்ட குற்றத்தைத் தள்ளுபடி செய்து விட்டது.

லிபியா புரட்சியின் கேமரா குரல்
மொகம்மது நேப்பஸ்

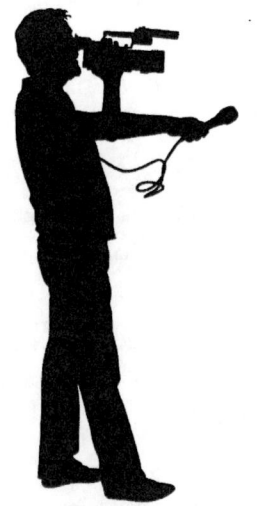

'நான் இறப்பதற்கு அஞ்சவில்லை. யுத்தக்களத்தை இழந்து விடுவேனோ என்றுதான் அஞ்சுகிறேன்...'

பெங்காலி நாட்டு பத்திரிகைப் போராளி மொகம்மத் கேப்பஸ் கேமரா வையும் யுத்தக் களப் பதிவுகளையும் எத்தனை நேசித்திருந்தால் இவ்வாறு கூறியிருக்க முடியும்!

லிபியா நாட்டு உள்நாட்டுக் கலவரம் வெடித்தபோது கடாபி பெங்காலியின் அனைத்து ஊடகங்களுக்கும் வாய்ப் பூட்டு போட்டு விட்டார்.

லிபியா அல்குரா தொலைக்காட்சி மட்டுமே பெங்காலியில் ஒளிபரப்பாகிக் கொண்டிருந்தது.

லிபியா அல்குரா தொலைக்காட்சி நிறுவனம் ஒன்பது கேமராக் களைக் கொண்டு 24 மணி நேரமும் செய்திகளை ஒளிபரப்பியது. இதன் காரணமாக நேப்பஸ் தன்னுடைய இரண்டு கேமராக்களையும் எடுத்துக் கொண்டு பாதிக்கப்பட்ட பகுதிகளின் நிகழ்வுகளை துறுதுறுவென சேகரித்து வந்தார்.

1983-ல் பெங்காசியில் பிறந்த நேப்பஸ் Garyounis Universityயில் கணிதத்தில் பட்டம் பெற்றார்.

நேப்பஸ் குடும்பத்தைச் சேர்ந்த இவர் தமது 17வது வயதில் பெங்காலியில் நடந்த பிப்ரவரி 17 எதிர்ப்பலையையும் பிணக்குவியல் களையும் கணக்கில் எடுத்தார்.

2011 ஜுன் 2ல் நேப்பஸ் மனைவி சம்ராநாஸ் 'மாயா' என்ற பெண் குழந்தையை பெற்றெடுத்தார்.

லிபியா நாட்டு குடிமக்களின் உரிமைக் குரலாக நேப்பஸின் பத்திரிகைப் பதிவுகள் இருப்பதாக ஊடகவியலார் ஆண்டி கார்வின் நேப்பஸ் குறித்து கருத்து தெரிவித்துள்ளார்.

பன்னாட்டு ஊடகங்களுடன் நெருக்கமான தொடர்பு வைத்துள்ள முதன்மையான பத்திரிகையாளர் நேப்பஸ். லிபியா நாட்டின் அரசியல் நிலைமைகளைத் துல்லியமாக உலக நாடுகளுக்கு அவ்வப்போது படம் பிடித்துக் காட்டிய பத்திரிகையாளராக இவர் திகழ்ந்தார்.

நேப்பஸ் Libya Alhurra TV-யின் இணைய தள பிரிவாக Der Spiegel -ஐ துவங்கினார். புரட்சி ஏற்படுவதற்கு முக்கியமான காரணியாக இவர் திகழ்ந்தார் என்பதில் எவ்வித ஐயமில்லை.

அவருடைய வாழ்க்கையின் கடைசி நாட்களில் லிபியா அல்குரா தொலைக்காட்சி யுத்தக்கள நிகழ்ச்சிகளைப் பதிவு செய்து ஒளி பரப்பினார்.

மார்ச் 17ல் பெங்காலி மின் நிலையம் மற்றும் எண்ணெய்க் கிணறுகள் மீது வெடிகுண்டு தாக்குதல், பெங்காலியிலிருந்து அருகில் உள்ள நகரமான சுல்தான் மீது மார்ச் 18ம் தேதி ஏவுகணைகள் வீசியது.

பொதுமக்கள் மீதான தாக்குதல், 19 மார்ச்-ல் பேரழிவை ஏற்படுத்திய தொடர் வெடிகுண்டு வீச்சுகள், நான்கு வயது மற்றும் ஐந்து வயது

குழந்தைகள் படுக்கை அறையில் ஏவுகணை வீச்சில் இறந்து கிடந்த காட்சி, மயிர்க்கூச்செரியும் ஒளிப்பதிவுக் காட்சிகள் என சர்வதேச ஊடகங்களில் ஒளிபரப்பானது.

ஐக்கிய நாடுகளின் பாதுகாப்பு கவுன்சில் புரட்சி 1973டன் இந்நிகழ்வுகள் ஒப்பிட்டுப் பார்க்கப்பட்டது.

கடாபியின் ஆதரவாளர்களால் நேப்பஸ் கொல்லப்பட்டார். போர் நிறுத்த ஒப்பந்தம் மீறி கடாபி வன்முறையைத் தூண்டும் விதமாக அலைபேசியில் கடாபி பேசிக் கொண்டிருந்த காட்சி, போரில் சுட்டுக் கொல்லப்பட்டவர்களின் எண்ணிக்கைக் கணக்குகளை உயர்த்தும் படியாக அவர் பேசிய காட்சி எல்லாமே சாட்சியமாக நேப்பஸ் ஒளிப்பதிவு செய்து ஒளிபரப்பி விட்டார்.

இதன் காரணமாகவே நெருக்கடிக்கு ஆளாகிய நேப்பஸ் கொல்லப் பட்டார். நேப்பஸ் மனைவிதான் அவருடைய இறப்பை லிபியா அல்குரா தொலைக்காட்சி மூலம் அறிவித்தார்.

லிபியா நாட்டின் கொடூர நிகழ்வுகளையும் பொதுமக்கள் படும் துயரங்களையும் பத்திரிகையாளர் என்ற முறையில் உலகுக்கு வெளிக் கொணர்ந்த கடமையைச் செய்த நேப்பஸை கொன்றது வன்மையாகக் கண்டிக்கத்தக்கது என்ற யுனெஸ்கோ டைரக்டர் ஜெனரல் இரினோ பொக்கோவா கூறினார்.

பத்திரிகையாளர் பாதுகாப்பு அமைப்பு ‘எங்களது ஆழ்ந்த இரங்கலை இறந்து போன நேப்பஸ் குடும்பத்தினருக்குத் தெரிவிக்கிறோம்’ என்றது.

பெங்காசியின் தைரியமிக்க அசாத்தி துணிச்சல் மிக்க குரலானது மறைந்து போனது வருந்தத்தக்கது என்று சிஎன்என் செய்தியாளர் தெரிவித்தார்.

என்ன காரணத்திற்காக என் கணவர் மறைந்து போனார் என்பதை நீங்கள் யாவரும் உணர வேண்டும். லிபியா சுதந்திரமடைய வேண்டும் என்பதற்கான உங்களது நம்பிக்கையே அவரது மறைவிற்கான நன்றிக் கடனாக இருக்க வேண்டும் என்று கண்ணீரும் கம்பலையுமாக நேப்பஸ் தொலைக்காட்சியில் பேசினார்.

தயவு செய்து தொடர்ந்து இந்த சேனலை ஒளிபரப்பு செய்யுங்கள்; நிறுத்தி விடாதீர்கள். இன்னும் வெடிகுண்டுச் சத்தம் ஓயவில்லை. துப்பாக்கிச் சூடு நிற்கவில்லை. இன்னும் நிறைய மக்கள் சாவை நோக்கி ஓடிக் கொண்டிருக்கிறார்கள்.

நேப்பஸ் லிபியா புரட்சியின் குரலாகவும் முகமாகவும் ஒவ்வொரு மக்களின் இதயத்திலும் பத்திரிகையாளர்களின் பெருமிதமாகவும் வாழ்ந்து கொண்டிருக்கிறார் என்று அவரது மனைவி உரையாற்றினார்.

இந்திய சுதந்திரப் போர்க்களத்தை புகைப்படமெடுத்த ஹோமை வியாரவாலா

1947 ஆகஸ்டு 15-ல் செங் கோட்டையில் சுதந்திர இந்தியாவின் பிறப்பு மூவர்ணக் கொடியேற்றி அறி விக்கப்பட்டதை படம் பிடித்து ஆவணப் படுத்தியவர் ஹோமை வியாரவாலா.

இந்திய தேசத்தின் முதல் பெண் புகைப்படப் பத்திரிகையாளர் இவர்.

1913ல் குஜராத் மாநிலத்தின் நவ்சாரி எனுமிடத்தில் பிறந்த வியாரவாலா தன்னுடைய புகைப்படத் தொழிலை மும்பையில் துவங்கினார். ஜேஜே கலைப் பள்ளியில் பட்டம் பெற்ற 1930களில் டெல்லியில் தன்னுடைய புகைப்படப் பணிக்கு அங்கீகாரம் பெற்றார்.

மேல்தட்டு வர்க்கத்து இந்தியப் பெண்மணிகளைப் பொறுத்தமட்டில்

புகைப்படத் தொழிலில் ஈடுபாடு என்பது 1910-ஆம் ஆண்டுக்குப் பின்னர்தான்.

ஆரம்பக் காலத்து இந்தி பெண் புகைப்பட பத்தரிரிகையாளர்கள் மீரா சவுத்ரி (1905-1994), இந்திரா தேய் (1912-1992) மனோபினாராய் (1919-2001) டெபளினா மசூம்தார் (1919), ராஜேந்திர குன்வர்பா (1920-2000) போன்றோர் சிறப்பாக இத்துறையில் தங்களது ஆளுமையைப் பதிவு செய்துள்ளனர்.

இவர்களில் மிகப் பிரசித்தி பெற்ற இந்திய பெண் புகைப்பட பத்திரிகையாளராக ஹோமை வியாரவாலா வரலாற்றில் குறிப்பிடப் படுகிறார்.

உருது பார்சி தியேட்டரில் சிறந்த நடிகர் இவரது தந்தை பரிண மித்துள்ளார்.

ஏழ்மையான குடும்பத்தைச் சேர்ந்த வியாரவாலா பள்ளி கல்லூரிப் படிப்புகளுக்கு குஜராத்தை விட்டு பாம்பேக்கு நகர வேண்டியதாயிற்று.

இவரது இளமைக் காலத்தில் மேனக்சா என்பவர் மீது காதல் ஈர்ப்பு ஏற்பட்டது. அவரையே திருமணம் செய்து கொண்டார்.

ஹோமையின் புகைப்படத் தொழில் வளர்ச்சிக்கு மிகுந்த வலிமை யான பின்புலமாக இருந்தார் மேனக்சா.

ஹோமை எடுக்கும் படங்களை முழுமைப்படுத்தும் பணியில் மேனக்சா தன்னுயைட பெரும்பகுதி நகரத்தை இருட்டறையில் செல விட்டார். புகைப்படத் தொழிலில் இருவரும் ஒருவருக்கொருவர் பரஸ்பர உதவி புரிந்து ஆதர்சன தம்பதியராக விளங்கினர்.

'Illustrated Weekly' பத்திரிகையில் புகைப்படச் செய்தியாளராக பணிபுரிந்தார் ஹோமை. அதன் ஆசிரியர் ஸ்டான்லி ஜெப்சன் அவருக்கு வாராந்திர செய்திப் பணிகளை உருவாக்கிட அனுமதி அளித்தார்.

ஆரம்ப நாட்களில் மிகவும் ஆபத்தான களப்பணிகளில் ஹோாம போன்ற பெண் புகைப்படக்காரர்கள் பணியாற்றுவது என்பது சாதாரண காரியமல்ல.

பெரிய கேமரா ஸ்டாண்டு இத்தியாதிகள் மிகவும் கனமானவையாக

இருந்ததால் அதனைத் தூக்கிக் கொண்டு பணிபுரிவது கஷ்டமாக இருந்தது.

இத்தகைய கடுமையான பாதையில் 1938-ல் பயணித்த ஹோமையின் கால்கள் 1973 வரை 35 வருடங்களாக வெற்றியின் உச்சங்களைக் கண்டு உலகுக்கு உணர்த்தியது.

அவருடைய உடையே அவருக்கு மிகப்பெரிய மரியாதையையும் அங்கீகாரத்தையும் அளித்தது. புராதனமான இந்தி உடுப்பான சேலையில் ரோலிபிக்ஸ் கேமராவுடன் 1945 முதல் 1960 வரை அவருடைய தோற்றம் தனி அடையாளத்தை ஏற்படுத்தியது.

மவுண்ட் பேட்டன் முதல் மார்ஷல் வரை எலிசபெத் ராணி முதல் ஜாக்குலின் கென்னடி வரை, குருச்சேவ் முதல் கோஸிஜி வரை, ஐசன் ஹோவர் முதல் நிக்ஸன் வரை, இப்படி வரலாற்றில் புகழ் பெற்ற அத்தனை மனிதர்களோடும் ஹோலமையின் தொடர்பு இருந்துள்ளது.

நேருவின் குடும்பப் புகைப்படக்காரராக அவருடைய அபூர்வமான புகைப்படங்கள் அனைத்தையும் ஹோமை எடுத்துள்ளார்.

இரண்டாம் உலக யுத்தத்தின் நிகழ்வுகளையும் இந்திய சுதந்திரப் போராட்டக் களத்தையும் அற்புதமாக படம் எடுத்துக் குவித்தவர் இவர்.

பிற புகைப்படச் செய்தியாளர் அனைவரும் இவரை அம்மா என்றே அழைப்பதை வழக்கமாகக் கொண்டனர். எனவே, இவருக்கு அம்மா என்ற செல்லப் பெயரே ஒட்டிக் கொண்டது.

மகாத்மா காந்தியின் இறுதிச் சடங்கை படம் எடுத்தவர் ஹோமை.

இந்தியாவுக்கு ஜாக்குலின் கென்னடி வருகை தந்தபோது அமெரிக்கப் பணிகளுடன் சேர்ந்து ஊர்வசி என்ற இந்திய யானைக் குட்டியுடன் ஆனந்தமாக சிரித்துக் கொஞ்சி விளையாடுவதை அற்புத மாக படம் பிடித்திருந்தார் ஹோமை.

மகாத்மா காங்கிரஸ் பிரதிநிதிகள் மேடையில் உட்கார்ந்திருக்கும் காட்சி இவர் எடுத்த வரலாற்றுச் சிறப்பு வாய்ந்த புகைப்படமாகும்.

அதுபோல பாலம் விமான நிலையத்தில் ஜவஹர்லால் நேரு வந்திறங்கியபோது 'போட்டோகிராபி ஸ்ட்ரிக்ட்லி புரொஹிபிடட்'

என்ற வாசகம் தெரியும்படியாக அவரைப் புகைப்படம் எடுத்த ஸ்டில் மற்றொரு குறிப்பிடத்தக்க அபூர்வ புகைப்படமாகும்.

நேருவை நோக்கி ஹெலன் கெல்லர் வணக்கம் கூறும் காட்சி மற்றொரு ஆவணமாகும்.

இந்திய தேசத்தின் பெருமைமிக்க ஹோமை வியாரவாலா தன்னுடைய 98வது வயதில் வதோதராவில் ஞாயிற்றுக்கிழமை காலை காலமானார்.

அவருக்கு ஏற்கனவே நுரையீரல் நோய் இருந்து வந்தது. வதோதரா வில் தனிமையில் வசித்து வந்த அவர் வியாழனன்று தனது குடியிருப்பில் வழுக்கி விழுந்ததில் இடுப்பெலும்பு முறிந்து விட்டது.

அண்டை வீட்டார் உதவியுடன் மருத்துவமனைக்குக் கொண்டு செல்லப்பட்ட அவர் மூச்சுத் திணறல் ஏற்பட்டு ஞாயிற்றுக்கிழமை காலை 10.30 மணியளவில் உயிர் பிரிந்தது.

போல்ஷ்விக்கை மிரட்டிய பத்திரிகை போராளி லூயிஸ் கிரோண்டிஜ்

இந்தோனேசியாவைச் சேர்ந்த லூயிஸ் கிரோண்டிஜ் டச்சு நாட்டு யுத்தக்கள தொடர்பாளராக புகழ் பெற்றவர். இவர் 1878 செப்டம்பர் 25ல் பிறந்தார்.

கிழக்கு இந்தியத் தீவுகளில் தன்னுடைய இளமைப் பருவத்தைக் கழித்த இவர் 1896-ல் சுரபாயா என்னும் ஊரில் உள்ள பள்ளியில் பட்டப் படிப்பைப் படித்தார்.

அதன்பின் 1905-ல் Utrecht University யில் மேற்படிப்பைத் தொடர்ந்தார்.

1914-ல் Dordrechi-ல் உள்ள ஒரு கல்வி நிறுவனத்தில் ஆசிரியராக பணியாற்றிக் கொண்டிருந்தார். முதலாம் உலகப் போர் வெடித்தது.

'Nieunc Rotterdamsche' ஒரு டச்சு செய்தித்தாளுக்காக யுத்தக்கள தொடர்பாளராக பணியாற்றத் துவங்கினார் லூயிஸ்.

பக்கத்து நாடான பெல்ஜியத்திற்கு சென்று லேபனில் ஜெர்மன் நாட்டுப் போர்க்குற்றங்கள் மற்றும் யுத்தக்கள நிகழ்வுகளை சேகரித்தார்.

‘பெல்ஜியத்தில் ஜெர்மானியர்கள் - ஒரு டச்சுக்காரரின் நேரடி சாட்சியம்’ என்ற நூலை வெளியிட்டார். அதன் பின் அநேக சர்வதேச செய்தி நிறுவனங்களுக்காகவும் பத்திரிகையாளர்களுக்காகவும் அவர் யுத்தக்களச் செய்தியாளராகப் பணியாற்றினார்.

1915 செப்டம்பர் பிற்பகுதியில் The Daily Telegraphic சார்பாக ரஷ்ய ராணுவப் பிரிவு VII டன் சேர்ந்து யுத்தகளச் செய்தியை சேகரிப்பதற்கான அழைப்பு அலெக்சி புரூஸ்லோல் என்ற ராணுவ ஜெனரலிடமிருந்து லூயிஸுக்கு வந்தது.

கிழக்குப் பகுதியின் யுத்தக் களத்திலிருந்து லூயிஸ் எழுதிய செய்திக் கட்டுரைகள் Illustration என்ற பிரெஞ்சு வார இதழில் ஏராளமாக வெளிவரத் துவங்கின.

ரஷ்ய சிப்பாய்களின் யுத்த சாகசங்களை அவரது கட்டுரைகளில் பல சமயம் வியந்து எழுதியுள்ளார் லூயிஸ்.

யுத்தக்களச் செய்தியாளராக பணியாற்றி வந்த தருணங்களில் அவருக்குள் தொழிலைத் தாண்டி தாமும் யுத்தக் களத்தில் நேரிடையாக பங்கு பெற வேண்டும் என்ற தாகம் மிகுந்து கொண்டே இருந்தது.

1918-ல் Volunteer Army-ல் க்யூபன் படைக்குழுவில் முதன்முதலில் பணியில் சேர்ந்த யுத்த கள தொடர்பாளர் லூயிஸ் கிரான்டிஜ்தான்.

1918-ல் பிரெஞ்சு அரசாங்க யுத்தக்கள தொடர்பாளராக அழைக்கப் பட்ட லூயிஸ் பின்னர் அமெரிக்கா, ஜப்பான், ரஷ்யா போன்ற நாடு களுக்குச் சென்றார்.

அமெரிக்காவில் முன்னாள் ஜனாதிபதி ரூஸ்வெல்ட் மற்றும் தாமஸ் மசாரிக்கையும் சந்தித்தார். தாமஸ் மசாரிக் 1920-ல் செக்கோஸ்லோ வாகியா அதிபராகத் தேர்ந்தெடுக்கப்பட்டார். ஜப்பானிலிருந்து ரஷ்யா திரும்பிய லூயிஸ் பிரெஞ்சுப் படையின் கௌரவத் தலைவர் பதவியினைப் பெற்றார்.

1918-1920 வரையிலான ராணுவ நிகழ்வுகளை சைபீரியாவிலிருந்து இவர் தெரிவித்தார்.

1908-ல் அன்டோனி தெரஸ் மேரி திருமணம் செய்த லூயிஸ் 1910-ல் விவாகரத்து செய்து விட்டார்.

ரஷ்ய உள்நாட்டுப் போரின்போது வாலண்டைன் என்ற பியானோ வாசிப்பவரை திருமணம் செய்து கொண்டார்.

போல்ஷ்விக் வெற்றிக்குப் பின்னர் ஐரோப்பாவுக்குத் திரும்பிய இவர் போல்ஷ்விக்கிற்கு எதிரான கருத்துக்களை கட்டுரைகளாகவும் பிரசங்கமாகவும் பரப்பினார்.

தனது மனைவி வாண்டைனுடன் 1928-ல் நெதர்லாந்து திரும்பிய லூயிஸ் பேராசிரிராக தொழில் புரிந்தார். அட்ரெட்சி யூனிவர்சிட்டியில் வரலாறு மற்றும் கலைப் பேராசிரியராக 1935-ல் தன்னை நிலைப்படுத்திக் கொண்டார்.

மஞ்சூரியாவை ஜப்பான் முற்றுகையிட்டபோது அது தொடர்பான யுத்தக்களப் பதிவுகளை சேகரிக்க மஞ்சூரியா சென்றார் லூயிஸ்.

1936-37ல் ஸ்பெயின் சென்று ஸ்பெயின் நாட்டு உள்நாட்டு யுதத்ததைப் பதிவு செய்தார். முனிச் ஒப்பந்தப்படி ருதெனியாவைக் கைப்பற்றிய ஹங்கேரிய படையுடன் சேர்ந்து 1939-ல் லூயிஸ் யுத்தக்களப் பதிவுகளை மேற்கொண்டார்.

1941-ல் லூயிஸ் தன்னுடைய இரண்டாவது டாக்டர் பட்டத்தைப் பெற்றார்.

இரண்டாம் உலக யுத்தத்தின்போது நெதர்லாந்து நாடுகளை ஜெர்மனி கைப்பற்றியபோது லூயிஸ் போல்ஷ்விக்குக்கு எதிரான பிரச்சாரத்தை மேற்கொண்டதற்கு பாராட்டப்பட்டார்.

1961-ல் தன்னுடைய 81வது வயதில் யுத்தக்கள அனுபவங்களிலிருந்து உடல்ரீதியாக ஓய்வு கொடுக்க இயற்கையான மரணம் லூயிசை ஆட்கொண்டது.

வியட்நாம் போரும் ஹென்றி ஹூட்டும்

வியட்நாம் போர் என்ற செய்தித் தொகுப்பு மூலம் புகழ் பெற்றவர் ஹென்றி ஹூட். இவர் 1927 ஏப்ரல் 4-ஆம் தேதி வியட்நாமில் உள்ள டாலட் என்னுமிடத்தில் பிறந்தார்.

ஐந்து வயதில் பிரான்சுக்கு கல்வி கற்பதற்காக அவர் அனுப்பப்பட்டார். ரென்னிஸ் என்னுமிடத்தில் உள்ள பள்ளி யில் கல்வி கற்றார். அதன்பிறகு பெயிண்ட ராக தனது தொழிலைத் துவங்கினார்.

அதன் பின்னர் பிரஞ்சு கடற்படை யில் சேர்ந்து பயிற்சி எடுத்தார். அச்சமயம் புகைப்படக் கலைக்கான பயிற்சிக்கு அழைக்கப்பட்டு வியட்நாமுக்கு 1949-ல் திரும்பினார்.

முதல் இந்தோ - சீனா யுத்தக்

களத்தில் புகைப்படக்காரராக நுழைந்தார் ஹென்ரி. 1954-ல் யுத்தம் முடிவுற்றபோது கடற்படையிலிருந்து வெளியேறி வியட்நாமில் பிரஞ்சு அமெரிக்க அரசுகளுக்காக புகைப்படம் எடுக்கும் பணியில் தொடர்ந்தார். அதன்பின் 1965-ல் வியட்நாம் யுத்தக்களச் செய்தித் தொகுப்பாளராக பணியாற்றினார்.

அவரது 12 புகைப்படங்கள் 1966 பிப்ரவரி 11-ல் 'லைஃப்' இதழில் வெளியிடப்பட்டு உலக மக்களின் கவனத்தைக் கவர்ந்தது. 1967-ல் Overseas Press Club அவருக்கு 'Robert Capa' தங்கப் பதக்கத்தை வழங்கி கௌரவித்தது.

1971 பிப்ரவரி 10-ல் தெற்கு வியட்நாம் முற்றுகையின்போது ஹென்றி ஹுட் மற்றும் மூன்று புகைப்பட பத்திரிகையாளர்கள் யுத்தக் களத்தை ஹெலிகாப்டர் மூலமாக பார்வையிட சென்றனர்.

தெற்கு வியட்நாம் விமானப்படை பைலட் இந்த புகைப்பட பத்திரிகையாளர்களுடன் வழி மாறி கொண்டு சென்று துப்பாக்கியால் சுட்டுக் கொன்று விமான விபத்து என்று கதை கட்டி விட்டனர்.

விமான விபத்து நடந்ததாகக் கூறப்பட்ட இடத்தை 1996-ல் கண்டறிந்தார். அந்த இடத்தில் விமான விபத்து நடந்து கேமரா உடைந்த துண்டுகள் கிடப்பதாக ஜோடித்து விட்டனர்.

யுத்தக்கள புகைப்படக் கலைஞர்கள் மத்தியில் ஹென்றி மிகவும் மதிக்கப்படுபவராக இருந்தார். அவரது அர்ப்பணிப்பும் துணிச்சலும் திறமையும் யுத்தக்களத்தில் அவரது சாகசங்களும் எப்போதும் பாராட்டு பெறுபவையாக இருந்தது உண்மை.

எகிப்து புரட்சியும் அகமத் மொகமத் மமூத் படுகொலையும்

அல்டான் என்ற செய்தித்தாளின் நிருபராக பணியாற்றியவர் அகமத் மொகமத் மமூத் ஆவார். இவர் எகிப்து நாட்டைச் சேர்ந்தவர். ஏனாஸ் என்ற மனைவி. பத்திரிகையாளராக அவர் பிரபலமானவர்.

எகிப்து நாட்டு எதிர்ப்பாளர்கள் பாதுகாப்புப் படையுடன் சண்டையிட்டுக் கொண்டிருந்த காட்சியை 2011 ஜனவரி 28-ஆம் தேதியன்று அலுவலக மொட்டை மாடியில் இருந்தபடி கேமராவில் அகமத் பதிவு செய்து கொண்டிருந்த போது ஒரு துப்பாக்கிக் குண்டு பறந்து வந்து அவர் மீது பாய்ந்தது. அது எகிப்து நாட்டில் புரட்சி ஏற்பட்டுக் கொண்டிருந்த நேரம் அது.

அவர் உடனடியாக கெய்ரோ மருத்துவமனையில் அனுமதிக்கப் பட்டார். ஆனால், ஆறாவது நாள் அவர் அகால மரணமடைந்தார்.

எகிப்து நாட்டு அரசாங்கம் கடும் பொருளாதார நெருக்கடியை சந்தித்தது. பஞ்சம், பட்டினி, வேலையில்லா திண்டாட்டம், ஊழல் யாவும் எகிப்தில் தலைவிரித்தாடிக் கொண்டிருந்தது.

ஹோஸ்னி முபாரக்கின் திறமையற்ற தலைமையின்கீழ் எகிப்து சொல்லொணாத் துயரை அடைந்திருந்தது.

இவையெல்லாம் எகிப்தில் புரட்சி ஏற்படக் காரணமாகியிருந்தது. கடும் பண வீக்கம். ஊழல் அளவு மிக உயர்ந்த அளவுக்குப் போய்விட்டது.

இளைஞர்கள் ஒழுக்கச் சீரழிவு கடும் விமர்சனத்துக்கு ஆளானது.

களவு கொள்ளை கற்பழிப்பு விகிதம் உயர்ந்தது. இவையெல்லாம் அரசியல் ரீதியாக மிகப்பெரிய எதிர்ப்பலையை உருவாக்கியிருந்தது.

போராட்டம் வெடித்த நியையில் எதிர்ப்பாளர் கூட்டம் திரண்டது. அவர்களை விரட்டியகடிக்க கண்ணீர்ப் புகைகுண்டுகள் வீசப்பட்டன.

அந்த இடம் அகமத் அலுவலகம் இருந்த பகுதி. இரண்டு தரப்பினரும் எறிகுண்டுகளை வீசிக் கொண்டிருந்தனர்.

இதனை பால்கனியில் நின்றபடி அகமத் படம் எடுத்துக் கொண்டிருப்பதைப் பார்த்த காவல்துறை முன்னெச்சரிக்கை ஏதுமின்றி அகமதைக் கொல்லும் முயற்சியாக குண்டுகளை வீசினர்.

பத்திரிகையாளர் அகமது மீதான தாக்குதலுக்கு உலக நாடுகள் கடும் கண்டனம் தெரிவித்தன. அகமது மனைவி எகிப்து அரசாங்கத்தின் மீது கொலைக் குற்ற வழக்கு தொடர்ந்தார்.

அமெரிக்க அதிபர் ஒபாமா காட்டுமிராண்டித்தனமான நிகழ்வு ஏற்றுக் கொள்ளத் தக்கதல்ல என்று கண்டனம் தெரிவித்தார்.

தாஹிர் சதுக்கத்தில் அகமது கொலைக்கு இரங்கல் கூட்டம் நடத்தப் பட்டது.

தீவிரவாதிகளால் கொல்லப்பட்ட அட்லன் காசனோவ்

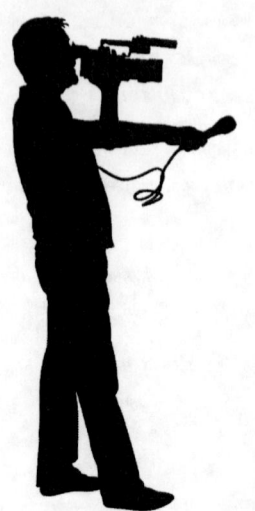

செக்கன்யாவில் 1970 மே 25-ல் பிறந்த அட்லன்காசனோவ் அற்புதமான புகைப்படக்காரராக 34 வருடங்கள் மட்டுமே வாழ்ந்து அற்ப ஆயுளில் வாழ்க்கையை முடித்துக் கொண்டார்.

செக்கன் மாநில பல்கலைக் கழகத்தில் அட்லன் பத்திரிகைத் துறையை பாடமாகத் தேர்ந்தெடுத்துப் படித்தார். பின்னர் பல செய்தித்தாள் நிறுவனங்களில் செய்தியாளராகவும் புகைப்படக்காரராகவும் பணியாற்றினர்.

குரோஸ்னியில் உள்ள டைனமோ ஸ்டேடியத்தில் 2004, மே 9-ல் நடந்த விக்டரி டே பாரட்-ல் திடீரென குண்டு வெடித்தது.

க்ரெம்ளினுக்கு ஆதரவான செக்கன் ஜனாதிபதி அகமத் காடிரோவை பதவியிலிருந்து நீக்குவதற்காக செக்கன் தீவிரவாதிகள் வைத்த வெடி குண்டு புகைப்படக்காரர் அட்லன் காசனோவ் உயிரை குடித்தது.

நிலச்சுரங்கத்தில் கொல்லப்பட்ட காவ்கோல்ஸ்டன்

ஈரானில் உள்ள டெக்ரான் நகரில் 1950 ஜூலை 8ல் பிறந்தவர் காவ் கோல்ஸ்டன். இங்கிலாந்தில் மில் பீல்டுபன்னியில் இவர் தனது கல்வியை மேற்கொண்டார்.

1988-ல் புகைப்படக்காரராக தனது பணியைத் துவங்கினார். ஈரான், ஈராக் யுத்தத்தின்போது "Halabja Poison Gas Attack" தொடர்பான புகைப்படங்களை இவர் முதன்முதலாக எடுத்தார்.

இவர் தந்தை இப்ராகிம் கோல்ஸ்டன் புகழ் பெற்ற ஈரானிய படத் தயாரிப்பாளராகவும், கதாசிரியராகவும் விளங்கியவர் ஆவார்.

இவரது சகோதரர் லிலி கோல்ஸ்டன் மொழி பெயர்ப்பாளராகவும், கலை

இயக்குநராகவும் இருந்தார்.

காவ்கோல்ஸ்டன் ஹெறங்கமே என்பவரை மணந்தார். இவர்களுக்கு மேக்ராக் எனும் மகன் இருந்தான்.

ஈராக்கின் கிப்ரி எனுமிடத்தில் பி.பி.சி.க்காக நிலச்சுரங்கம் ஒன்றை படம் பிடித்துக் கொண்டிருந்தபோது 2003 ஏப்ரல் 2-ல் தன்னுடைய 53வது வயதில் இவர் கொல்லப்பட்டு இறந்தார்.

ராக்கெட் வெடிகுண்டுக்குப் பலியான ஆந்ரே சோலோவி

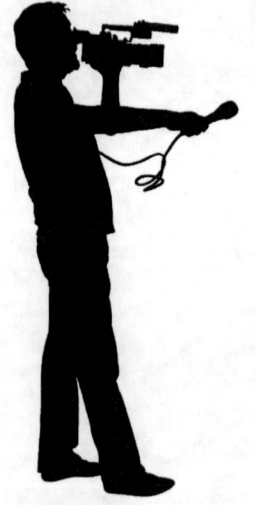

ரஷ்யா நாட்டுக்காரரான ஆந்ரே சோலோவி யுத்த களங்களையே வாழ்விடமாக கொண்டவர் என்று கூறினால் மிகையில்லை.

எங்கே யுத்தம் நிகழ்ந்தாலும் எங்கே கலவரம் வெடித்தாலும் உயிரைப் பற்றிய கவலைகளைத் தூர எறிந்து விட்டு கேமராவும் கையுமாக ஒரு சமூகப் போராளிக்குரிய கடமையாற்ற தயாராக நின்றிடுவார்.

இவர் மாஸ்கோவில் உள்ள கட்டிடக் கலைக்கான பயிற்சி நிறுவனத்தில்தான் பிடித்தார். ஆனால் பட்டம் பெறவில்லை.

பாதியிலேயே படிப்புக்கு விடை கொடுத்து விட்டு புகைப்பட பத்திரிக்கையாளராக Itar-Tass செய்தி நிறுவனத்தில்

1987ல் சேர்ந்து விட்டார்.

சோவியத் யூனியன் சிதறுண்டபோது ஏற்பட்ட ஏராளமான ராணுவ மோதல்களை தனது கேமராப் பெட்டிக்குள் சிறைப்பிடித்தார் ஆந்ரே.

ஆர்மீனியாவில் 1988-ல் ஏற்பட்ட நிலநடுக்கம், முதல் வளைகுடாப் போரில் ஈராக் நிலைமை ஆகியவற்றில் பின்னணியை மையமாகக் கொண்டு ஆந்ரே திரைப்படங்கள் தயாரித்தார்.

இவரது புகைப்படங்கள் ஏராளமான விருதுகளைப் பெற்றுள்ளது.

அப்காஷியன் யுத்தத்தின்போது சுகுமி எனும் இடத்தில் 1993 செப்டம்பர் 27-ல் யுத்த களத்தை படம் பிடித்துக் கொண்டிருந்தபோது ராக்கெட் வெடிகுண்டு மூலம் ஆந்ரே கொல்லப்பட்டார்.

இலங்கை யுத்தகள ஆவணப் படச்செய்தியாளர் ஜான்ஸ்னோ

ஆர்டிங்லி எனுமிடத்தில் 1947-ஆம் ஆண்டு செப்டம்பர் 28ல் பிறந்த ஜான்ஸ்னோ மிகச் சிறந்த பத்திரிகையாளராக தொலைக்காட்சி நிகழ்ச்சித் தயாரிப்பாளராக சிறந்து விளங்கினார்.

இவருக்கு மிகுந்த புகழை ஏற்படுத்திக் கொடுத்தது சேனல் - 4 செய்திகள் என்றால் மிகையில்லை.

பள்ளி ஆசிரியராகவும் விட்பி பிஷப் பாகவும் விளங்கிய ஜார்ஜ்டி ஒய்லி ஸ்னோ என்பவர்தான் இவரது தந்தையாவார்.

ஜான்ஸ்னோவின் தாத்தா முதல் உலகப் போரில் ஜெனரலாக இருந்த தாமஸ் டி ஒய்லி ஸ்னோ.

அவருடைய தந்தை தலைமை ஆசிரியராக பணியாற்றிய Ardingly college-ல் தான் ஜான்ஸ்னோ தன்னுடைய பள்ளிப் படிப்பை முடித்தார். அதன்பின் அவர் ஆக்ஸ்போர்டில் உள்ள St. Edward School-ல் படித்தார்.

ஸ்னோ அதன்பின் New Horizon Youth Centre-ல் பணியாற்றினார்.

1983-86 இடைப்பட்ட காலத்தில் ITN நிறுவனத்தில் செய்தித் தொடர்பாளாராகவும் சாதுர்யமிக்க பத்திரிகை ஆசிரியராகவும் விளங்கினார் ஸ்னோ.

ITN நிறுவனத்தின் Election Night Programme தயாரிப்பின் முக்கிய காரண கர்த்தாவாக 1992-ல் ஜான்ஸ்னோ விளங்கினார்.

1997-ஆம் ஆண்டு அவர் ITN விருந்து Jonathan Dimblely க்கு மாறிச் சென்றார். ஏராளமான RTS விருதுகளை ஸ்னோ பெற்றார்.

2002ல் வானொலிக்குத் திரும்பிய ஜான்ஸ்னோ Oneword Radio என்ற வாராந்திர நிகழ்ச்சியை நடத்தினார்.

சேனல் - 4 செய்திகளிலிருந்து வெளிவரும் Snowmail என்ற வெப்சைட்டில் அவர் தொடர்ந்து கட்டுரைகள் எழுதினார். தொடர் கதைகள் எழுதினார்.

உலக அரங்கின் மிகப் புகழ் பெற்ற "Sri Lanka's Killing Field' என்ற யுத்த கள புலனாய்வு ஆவணப்படத்தை 2011 ஜூன் 14-ஆம் தேதி வெளி யிட்டார், ஜான்ஸ்னோ. இந்த ஆவணப் படத்தை கேலம் மெக்ரே என்பவர் இயக்கினார்.

2009-ல் இலங்கை யுத்த களத்தின் இறுதி நாட்களில் அங்கே நிகழ்ந்த போர்க் குற்றங்களைப் பற்றிய ஆவணப் படம் இது. மிகக் கொடூரமான யுத்த களத் தடயங்களை வெளிக் கொணர்ந்த இந்த ஆவணப் படம் இங்கிலாந்தில் வெளியிடப்பட்டது.

இதனுடைய இரண்டாம் பகுதியான Sri Lanka's Killing Fields மற்றும் War crimes unpunished மார்ச் 12-ல் ஒளிபரப்பப்பட்டது.

உகாண்டாவில் பத்திரிகையாளராக பணியாற்றிய காலத்தில் ஜான்ஸ்னோ உகாண்டா அதிபர் இடிஅமீனுக்கு அடுத்தபடியாக அமர்ந்து விமானத்தில் பயணம் செய்தார்.

இடிஅமீன் உறங்குவது போலிருந்த நேரத்தில் அவருடைய ரிவால்வரை மெல்ல எடுத்து அவரைச் சுட்டுக் கொன்று விடலாம் என்று ஜான்ஸ்னோ நினைத்தார். ஆனால் அதன்பின் ஏற்படும் பேராபத்துக் களை எண்ணி அந்த சிந்தனையை கை விட்டாராம்.

தன்னுடன் பணியாற்றுபவர்களைப் பற்றி ஒன்றிய இங்கிலாந்து புலனாய்வு நிறுவனம் கேட்டபோது ஜான்ஸ்னோ 1976-ல் அதனை ஏற்க மறுத்து விட்டார்.

முதலில் கம்யூனிஸ்ட் பார்ட்டியைப் பற்றிய தகவல்களை தனக்கு கொண்டு வந்து தரும்படி கேட்ட அந்த நிறுவனம் பின்னர் தொலைக் காட்சியில் பணியாற்றும் இடதுசாரி மக்களைப் பற்றிய தகவலை தரும்படி கேட்டுக் கொண்டது. அதற்குக் கைமாறாக ஜான்ஸ்னோவின் வங்கிக் கணக்கில் வரியில்லா தொகையினை மாதந்தோறும் ரகசியமாக சம்பளத்தைப் போல போட்டு வந்தது.

2004-ல் ஸ்னோ தன்னுடைய வாழ்க்கை வரலாற்றை Shooting History என்ற நூலாக எழுதி வெளியிட்டார்.

தனக்கென்று எந்த கட்சி அடையாளங்களையும் அவர் ஏற்றுக் கொண்டதில்லை. இங்கிலாந்து இளவரசர் ஹாரி ஆப்கானிஸ்தான் மீது போர் தொடுப்பதை ஏற்றுக் கொள்ளத்தக்கதாயில்லை என்று ஜான்ஸ்னோ கூறிய விமர்சனம் 2008 பிப்ரவரி 28ல் கடும் சர்ச்சையை ஏற்படுத்தியது.

அமெரிக்கா போர் தொடுக்கும் எண்ணங்களை கொண்டிருக்கும் போது அந்த நாட்டு ரகசியங்களை பத்திரிகையாளர்கள் வெளியிடுவ தில்லை. ஆனால் இளவரசர் ஹாரி ஆப்கானிஸ்தான் மீது போர் தொடுக்கும் எண்ணத்தை நமது பத்திரிகையாளர்கள் மூன்று மாதத்திற்கு முன்பே கூறி ராணுவ ரகசியங்களை முச்சந்திக்கு கொண்டு வந்து விட்டனர் என்று ஜான்ஸ்னோவின் விமர்சனம் மீடியாவையும் தாண்டி பரபரப்புக்குள்ளானது.

மனித உரிமை வழக்கறிஞர் மடாலைன் கால்வின் என்பவரை மணந்து முப்பத்தைந்து வருட தாம்பத்திய வாழ்க்கை வாழ்ந்து இரண்டு குழந்தைகளுக்கு தந்தையாகி விட்ட ஜான்ஸ்னோ மார்ச் 2010-ல் பிரீசியங்னுங்கா எனும் பெண்ணை இரண்டாவதாக மணந்துள்ளார்.

பல்வேறு விருதுகளின் நாயகராக விளங்கும் ஜான்ஸ்னோவைப் பற்றி காதோடு காதாக இப்போது பேசப்படும் காதல் செய்தி இது.

கென்னடியின் படுகொலையை படமாக்கிய மெரில்மியூலர்

அமெரிக்க ஜனாதிபதி ஜான் எஃப் கென்னடி ஊர்வலமாய் காரில் வந்து கொண்டிருந்தபோது சுட்டுக் கொல்லப் பட்டு ரத்தம் சொட்டச் சொட்ட சரிந்து விழும் காட்சியை படம் எடுத்து செய்திக் களமாக்கிய NBC குழுவில் மெரில் மியூலர்தான் இருந்தார்.

NBCயில் இருந்தபோது இதுபோன்ற உலகப் புகழ் பெற்ற பல்வேறு கள நிகழ்வு களை படமாக்கியவர் மெரில் மியூலர்.

போலந்தில் ஹிட்லருடைய முற்றுகை செய்தியை மிக அற்புதமாக உலகுக்கு வெளிக் கொணர்ந்தவர் மெரில் மியூலர்.

மிகச் சிறந்த பத்திரிகையாளராக விளங்கிய இவர் 1916 ஜனவரி 27-ல் நியூயார்க் நகரில் பிறந்தார்.

செய்தி நிறுவனங்கள், தொலைக்காட்சி மற்றும் வானொலி யாவற்றிலும் தனது தனித்திறமையை வெளிக்காட்டியவர் மெரில் மியூலர். இவரது தந்தை கால்மியூலர். ஜேன் கென்னத் என்ற மனைவியும் கெல்வின் என்ற பிள்ளையும் தான் இவரது குடும்பம்.

ஸ்பிரிங் பீல்டு கல்லூரியில் படிப்பை பாதியில் நிறுத்தி விட்டு 'Buffalo Times' என்ற பத்திரிகையின் செய்தியாளராக பணியில் சேர்ந்தார்.

அதன்பின் வாஷிங்டனில் உள்ள INS நிறுவனத்தில் சேர்ந்தார். ஸ்பானிஷ் உள்நாட்டுப் போர் செய்தி சேகரிக்க மெரில் மியூலர் INS சார்பாக சென்றார்.

போலந்தை முற்றுகையிடும் ஹிட்லரின் திட்டம் பற்றி செய்தி சேகரித்த மெரில் மியூலர் பாரீஸுக்கு திரும்பி அமெரிக்க நாட்டிற்கு அந்தச் செய்தியை தெரிவித்தார்.

யுத்த களச் செய்தியை சேகரித்தபடி பிரான்ஸின் தோல்வியை படம் பிடித்துக் காண்பித்தார்.

1942ல் INSலிருந்து ராஜினாமா செய்து NBC செய்தியாளராக மாறினார் மெரில் மியூலர்.

பல்ஜ் யுத்த களத்தில் ஜெர்மனியும் அதன் இணை நாடுகளும் ஆர்டினஸ்காட்டை கைப்பற்றியது. சோவியத் படை அதனை ஜெனரல் ஐசன் ஹோர்வருக்கு தெரிவிக்க மறுத்த விபரங்களை மெரில் மியூலர் புகார் செய்தார்.

மியூலர் அதன்பின் ஜப்பான் மீதான தாக்குதலை படமெடுக்கும் முன்னதாக அமெரிக்காவுக்கு திரும்பினார்.

அங்கே அவர் ஹிரோசிமா மீதான அணுகுண்டு வீசப் படுவதைப் பற்றியும் ஜப்பான் நாட்டின் சரணாகதி பற்றியும் ஒளிபரப்பு செய்தார்.

யுத்தம் முடிவுக்கு வந்தபின் NBC London Burean சார்பாக பணியாற்றினார். 1968ல் NBCஐ விட்டு அமெரிக்க ஒளிபரப்பு கம்பெனி யில் பணியாற்ற அமெரிக்கா சென்று விட்டார். 1979-ல் அங்கிருந்து பணி ஓய்வு பெற்ற பின் ஒரு வருடம் உடல்நலமின்றி இருந்து அவர் 1980 நவம்பர் 30-ல் லாஸ் ஏஞ்சல்ஸில் காலமானார்.

வியட்நாம் யுத்த களத்தில் டிக்கி சாப்ளி

வியட்நாம் யுத்த களத்தில் கொல்லப் பட்ட முதல் அமெரிக்க பெண் செய்தி யாளர் டிக்கி சாப்ளி.

இரண்டாம் உலக யுத்தத்தினை தனது கேமராவின் அனைத்து சிறைகளி லும் பிடித்து உலகின் கவனத்துக்கு கொண்டு வந்ததால் பெரும்புகழ் பெற்றார்.

டிக்கி சாப்ளி தன்னுடைய பதினாறா வது வயதில் MITயின் விமான வடிவமைக் கும் வகுப்புகளில் தனது திறமையை வெளிப்படுத்தினார்.

அதன்பின் அங்கிருந்து வீட்டுக்குத் திரும்பி விட்டார். விமானத்தை வடிவ மைப்பதை விட விமானத்தை ஓட்டுபவ ராக மாற வேண்டும் என்று விரும்பினார்.

தன்னுடைய மகளின் கனவு விமான ஓட்டுநராக வேண்டும் என்பதை அவளுடைய தாயார் புரிந்து கொண்ட போதிலும், டிக்கி சாப்ளி அவளது தாத்தா பாட்டியுடன் புளோரிடாவில் வசிக்கும்படியாக நிர்ப்பந்திக்கப்பட்டாள்.

உரிய பருவத்தில் அவர் நியூயார்க்கில் உள்ள எதிர்காலக் கணவர் டோனி சாப்ளியை சந்திக்கச் சென்றார். அங்கே Trans World Airlines-ன் புகைப்படக்காரராக பணிபுரிந்தார்.

திருமணமாகி பதினைந்து வருடங்களுக்கு பிறகு டோனியை விவாகரத்து செய்து விட்டார்.

இரண்டாம் உலகப் போரில் யுத்த கள ஒருங்கிணைப்பாளராகவும் புகைப்பட செய்தியாளராகவும் National Geographic நிறுவனத்திற்காக பணியாற்றினார்.

ஒக்கினவா யுத்த களத்தை மிக துல்லியமாக டிக்கி புகைப்பட செய்திக் களமாக்கியதற்கு பாராட்டப்பட்டார்.

யுத்தத்துக்கு பிந்தைய உலக நாடுகளின் நிலை பற்றி கவர் ஸ்டோரி எழுதுவதற்காக உலகமெங்கும் டிக்கி பயணம் செய்தார்.

ஹங்கேரி நாட்டு புரட்சி 1956-ல் வெடித்தபோது டிக்கி சாப்ளி சிறைப்பிடிக்கப்பட்டு ஏழு வாரங்களுக்கு மேலாக சித்ரவதைக்குள்ளானார்.

பாராசூட் மூலம் விமானத்திலிருந்து தாவிக் குதிக்கும் பயிற்சியை பின்னர் அவர் பயின்றார். யுத்த களங்களில் இது போன்ற த்ரில்லான அவரது சாகச நடவடிக்கைகள் அவருக்கு தொடர்ந்த விருதுகளையும் பாராட்டுக்களையும் குவித்தது.

இதன் காரணமாக பத்திரிகையாளர் சமுதாயத்திற்கே இவர் பெருமை சேர்த்தார். ராணுவத் தரப்பிலும் இவரது துணிச்சலான சாதுர்யம் பாராட்டப்பட்டது.

பிடல் காஸ்ட்ரோவின் பாராட்டுக்களை டிக்கி சாப்ளி ஆரம்ப காலத்தில் பெற்றிருந்தார்.

வியட்நாம் யுத்தம் நடந்து கொண்டிருந்தபோதும் தன்னுடைய கருத்துக்களை பரப்பினார்.

தெற்கு வியட்நாம் யுத்தத்தில் போரிட்டு உயிரை விட்டுக் கொண்டிருந்த அமெரிக்க ராணுவத்தை ஆலோசகர்கள் டிக்கியின் ஆரம்ப காலத்து கருத்துக்களில் மிகுந்த கோபமுற்றிருந்தார்கள்.

1965 நவம்பர் 4-ஆம் தேதி டிக்கி சாப்ளி வியட்நாம் யுத்த களத்தில் அநியாயமாக கொல்லப்பட்டார்.

டிக்கி சாப்ளியின் இறக்கும் தருவாய் புகைப்படங்களை ஹென்றி ஹுட் படம் பிடித்து வைத்திருந்தார்.

அரசு மரியாதையுடன் அவரது இறந்த உடல் கடலில் அடக்கம் செய்யப்பட்டது.

அமெரிக்க யுத்த களத்தில் லாரி பரோஸ்

அமெரிக்காவுடனான வியட்நாம் யுத்த களத்தில் பணியாற்றிய ஆங்கிலேய புகைப்பட பத்திரிகைப் போராளியாக புகழ் பெற்றவர் லாரி பரோஸ்.

இவர் லண்டனில் 1926 மே 29-ல் பிறந்தார். பதினாறு வயதில் தனது பள்ளிப் படிப்பை முடித்துக் கொண்டு லண்டன் சென்று Life Magazine-ல் புகைப்படச் செய்தியாளராக பணிபுரிந் தார்.

1962-ல் துவங்கிய வியட்நாம் யுத்த களத்தில் புகைப்படக்காரராக தன்னை உலகுக்கு அடையாளப்படுத்தினார்.

'One Ride with Yankee Papa 13' என்ற இவருடைய புகழ் பெற்ற புகைப்பட தொகுப்பு முதன் முதலாக 1965 ஏப்ரல்

*16*ல் LIFE MAGAZINE-ல் வெளிவந்த போது பலராலும் பாராட்டப் பட்டது. வியட்நாம் யுத்தத்தின்போது லாவோஸ் மீது பறந்து கொண்டிருந்த ஹெலிகாப்டர் சுட்டு வீழ்த்தப்பட்டபோது அதில் பயணம் செய்த லாரி பரோஸ் மற்றும் ஹென்ரி ஹுெட் கென்ட் போட்டர் ஆகிய அனைவரும் கருகிப் பிணமாகினர்.

2002-ல் லாரி பரோஸ் உருவாக்கிய நூல் வியட்நாம் 'Prix Nadar' விருதினைப் பெற்றது.

பிரெஞ்சு யுத்த களத்தில் ஜோகன்ஸ் ஹேக்

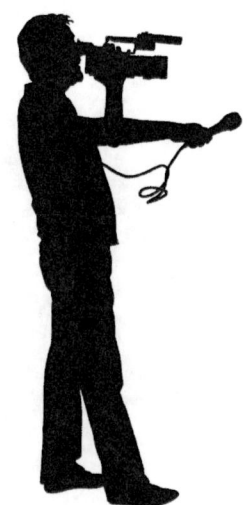

ஜோகன்ஸ் ஹேக் மிகச் சிறந்த படை வீரராகவும் பயிற்சி பெற்றிருந்தார். சிறந்த புகைப்படக்காரராகவும் திறமை பெற்றிருந்தார். 1932-ல் அவர் நாஜி படையில் சேர்ந்தார்.

1940-ல் 146 படை வீரர்களுடன் பிரெஞ்சு யுத்த களத்திற்கு ஜோகன்ஸ் அனுப்பப்பட்டார்.

1941 ஜூன் மாதத்தில் சோவியத் யூனியன் முற்றுகையின்போது ஜோகன்ஸ் யுத்த களத்தின் கிழக்கு முனைக்கு யுத்த கள புகைப்படக்காரராக பணியாற்ற ராணுப் படைப்பிரிவு VI-யுடன் அனுப்பி வைக்கப்பட்டார்.

நிலத்தில் நடந்த யுத்த கள படங்களையும் ஆகாயத்தில் நடந்த வான்

வெளித் தாக்குதல்களையும் ஜோகன்ஸ் அற்புதமாக எடுத்த படங்கள் ஏராளம்.

1942-ல் அவர் யுத்த களத்தில் குண்டடிப்பட்டு படுகாயமடைந்தார். மருத்துவமனையில் பல வாரங்கள் சிகிச்சை மேற்கொண்டார்.

பாபியார் படுகொலை நிகழ்வுகளை 1942 செப்டம்பர் இறுதியில் படங்களாக எடுத்து குவித்தார்.

அவர் எடுத்த 'படுகொலை' பற்றிய கலர்படங்களை அவருடைய குழுவினரிடம் கொடுக்காது தன்வசமே அதனை வைத்துக் கொண்டார்.

மேற்கு ஐரோப்பா மற்றும் வடக்கு பிரான்ஸ் ஆகிய பகுதிகளின் யுத்த கள புகைப்படக்காரராக ஜோகன்ஸ் அதன்பின் அலைந்து திரிந்து பணியாற்றினார்.

யுத்தம் முடிவுக்கு வந்த நிலையில் ஜெர்மானிய பிரச்சார குழுக்கள் வசமிருந்த ஏராளமான லாரிகளையும், அதிலிருந்த பொருட்களையும் அமெரிக்க படையினர் பறிமுதல் செய்தனர்.

1944 ஜூன் 10-ஆம் தேதி கேன் அருகில் உள்ள லாபிஜூப் எனும் இடத்தில் ஜோகன்ஸ் சந்தேகத்திற்கு இடமான வகையில் இறந்து கிடந்தார்.

ஆப்கன் யுத்த களத்தின் நேரடி சாட்சி கேபிரேடோ

ஈராக் யுத்த களத்தில் 2003-ல் பிரிட்டிஷ் தொலைக்காட்சி பத்திரிகையாளராக கேபிரேடோ கிளித்தட்டுப் பாய்ச்சலாக வெடிகுண்டு வீச்சில் சதைக் கிழிசல்களுடன் காற்று மண்டலத்தை ரத்த ஊற்று பீறிப் பாயும் காட்சிகளை பம்பரமாக சுழன்று யுத்த அபாயங்களை ஊடுருவிப் படம் எடுத்துக் கொண்டிருந்தார்.

திடீரென்று அவரது உயிர்ப்பறவையும் சடசடவென கூட்டை விட்டு பறந்து மற்றுமொரு கேமராவுக்குள் ரத்தச் சகதியாக படமாகியது.

புடாபெஸ்ட் இவர் பிறந்த மண். 1955 ஜனவரி 17-ல் அந்த மண்ணில் பிறந்து ஈராக் மண்ணை சிவப்பாக்குவாரா என்று யார் கண்டது?

அவருக்கு எட்டு வயதாக இருக்கும்போது ஹங்கேரியின் புடா பெஸ்டிலிருந்து பிரிட்டனுக்கு அவரது குடும்பம் குடி பெயர்ந்தது.

விம்பிள்டன் Kings College Schoolயில் படித்தார். கேம்பிரிட்ஜில் உள்ள Christion College-ல் படிப்பைத் தொடர்ந்தார்.

அதன் பின்னர் 'The Kentish Times' என்ற உள்ளூர் செய்திப் பத்திரிகை யில் பணியாற்றினார். பிபிசி ரேடியோ வரவேற்றது. அங்கும் சென்று பணியாற்றினார். அதன் பின்னர் தொலைக்காட்சி செய்திக்கு வந்தார்.

1985-ல் ITN நிறுவனத்தில் எழுத்தாளரானார். மாஸ்கோவின் தொடர்பு நிறுவனத்தில் சேனல் - 4 செய்திகளில் அயல்நாட்டு தொடர் பாளராக தன்னைப் பதிவு செய்து கொண்டார்.

யுத்தம் நடந்தபோது போஸ்னியாவில் பணியாற்றினார். 'Trial of Slobodan Milosevic' என்ற செய்தி பணிக்காக இவருக்கு Amnesty International Award-ஐப் பெற்றார் கேபிரேடோ.

ஆப்கானிஸ்தான் யுத்த களத்தின் நேரடி சாட்சியாக உயிரை துச்சமென மதித்து உலகுக்கு செய்தி ஏந்தி வந்தார் இவர்.

ஈராக் யுத்தத்தின்போது யுத்த களத்தில் பணியாற்றிக் கொண்டிருந்த நிலையில் தாம் இறந்து போய் விடுவோம் என கேடி ரேடோ நினைக்க வில்லை. அவரைத் தொடர்ந்து அவரது நண்பர் டெரி லாய்டும் வெடி குண்டு வீசப்பட்டு இறந்தார்.

கேபி ரேடோவுக்கு முதல் மனைவி கேரோ ரேடோ மூலம் மூன்று குழந்தைகள் இருந்தன. 1991-ல் அவரது இரண்டாவது குழந்தை நீச்சல் போட்டின்போது இறந்து போய் விட்டது.

யுத்த களத்தில் படுகாயமுற்ற ஃபிரான் காய்ஸ் சுல்லி

பிரெஞ்சு நாட்டைச் சேர்ந்த புகைப்பட பத்திரிகையாளர் ஃபிரான் காய்ஸ் சுல்லி வியட்நாம் யுத்த களப்பதிவு களை உலகுக்கு கொண்டு வந்ததன் காரணமாக புகழ் பெற்றவராவார்.

வியட்நாம் யுத்தகளச் செய்திகளை முதன் முதலாக வெளிக்கொணர்ந்த பத்திரிகையாளராக பதிவு செய்யப்பட்ட இவர் இந்தோ சீனாவில் இருபத்தி நான்கு வருடங்களாக பணியாற்றி வருகிறார்.

சுல்லி பிரான்ஸ் நாட்டில் 1927-ல் பிறந்தார். பாரீஸில் தன்னுடைய பதினேழாவது பிறந்த நாளின்போது யுத்த களத்தில் படுகாயமுற்றார் சுல்லி.

சைகானை விட்டுப் புறப்படுவதற்கு முன் தேயிலைத் தோட்டத்தில் பணி

யாற்றியுள்ளார் சுல்லி.

*1947*ல் Sud-Est Asiatique என்ற பிரெஞ்சு பத்திரிகையில் பணியாற்றி வந்தார் சுல்லி.

1953 வரை அந்தப் பத்திரிகையில்தான் பணியாற்றி வந்தார். டீன் பீன்பு யுத்த களப்பதிவுகளை Time life பத்திரிக்கைகாக செய்தியாளராக ஒப்பந்தம் செய்யப்பட்டார் சுல்லி.

1959-ல் United Press Internationaயில் பணியில் சேர்ந்தார். Time இதழுக்காக அவர் அநேக கட்டுரைகள் எழுதிக் குவித்தார்.

1961-ல் News week இதழில் பணியில் சேர்ந்தார்.

அதிபர் நிகோடின்டிம் தென்வியட்நாம் விட்டு *1962* மார்ச்சில் சுல்லியை வெளியேற்றினார். சுல்லி எதிரிகளின் நண்பனாக இருந்து வருகிறார் என்ற சந்தேகத்தின் அடிப்படையில் இந்த நடவடிக்கை எடுக்கப்பட்டது.

ஐந்து மாதங்களுக்கு பின்னர் ஆகஸ்டு *1962*-ல் இந்தோசீனாவுக்கு அனுப்பி வைக்கப்பட்டார் சுல்லி.

1962 ஆகஸ்டு *20*-ல் The News week-ல் சுல்லி Viet Nam ; The Unpleasant Truth என்ற நீண்ட கட்டுரையை எழுதினார்.

1963 நவம்பரில் அதிபர் நிகோடின் டீம் படுகொலை செய்யப்பட்ட பின்னர் News week பத்திரிகைக்கு திரும்பி வந்தார்.

இவர் அதன்பின் The Nation, The New Republic உள்பட ஏராளமான பத்திரிகைகளுக்கு கட்டுரைகள் எழுதி வந்தார்.

*1967-68*ல் சுல்லி Business week இதழுக்கு எழுதினார்.

கம்போடியாவின் மேற்குப் பகுதியில் ஹெலிகாப்டரில் சுல்லி சுற்றிக் கொண்டிருந்தார். ஹெலிகாப்டர் ஜெனரல் டாகாட்ரி வியட்நாம் கம்போடியா பகுதிக்கு திருப்பிய சமயம் எழுபத்தைந்து அடி உயரத்தில் ஹெலிகாப்டர் தீப்பற்றியது.

சுல்லி மட்டும் ஹெலிகாப்டரில் இருந்து குதித்தார். பின்னர் அந்த ஹெலிகாப்டர் அருகில் வந்து கொண்டிருந்த விமானத்தில் மோதி சிதைந்தது.

அனைவரும் இறந்து விட்ட நிலையில் சுல்லி மட்டும் படுகாயத்துடன் லாங்பின் மருத்துவமனையில் சேர்க்கப்பட்ட நிலையில் மரணத்தை தழுவினார்.

சைகானில் மேக்டின்சி கல்லறையில் அவரது உடல் அடக்கம் செய்யப்பட்டது.

30

விமான விபத்தில் பலியான இயான்பாரி

ருமேனியா நாட்டில் கம்யூனிசத்தை தூர எறியும் போர்க்களத்தின்போது ஒளிப்பதிவு செய்து கொண்டிருந்தபோது ஏற்பட்ட விமான விபத்தில் 24 வயதில் தன்னுடைய வாழ்க்கையை தியாகம் செய்த யுத்தகள படப்பிடிப்பாளர் தான் இயான்பாரி.

இவர் 1965 டிசம்பர் 28-ல் பிரிட்டனில் பிறந்தவர். The Mail on sunday, The Times, The Sunday Times போன்ற பத்திரிகைகளில் ஊடகச் சுதந்திரத்துடன் செய்திகளை பரிமாறிக் கொண்டவர்.

நான்காவது குழந்தையாகப் பிறந்த பாரி வேல்ஸ் நாட்டின் பிரஸ்டேட்டின் உயர்நிலைப் பள்ளியில் புகைப்பட வியலைப் படித்துத் தேர்ந்தார்.

தனது பதின்மூன்று வயதில் தன்னுடைய புகைப்படங்களை இருட்டறையில் கழுவி எடுக்க பயிற்சி பெற்றார்.

கோடையில் பள்ளியில் படித்துக் கொண்டும் விடுமுறையில் புகைப்படக் கலையை பயின்றவாறும் தன்னுடைய திறமையை வளர்த்துக் கொண்டார்.

தனது 16வது வயதில் Rhyl பத்திரிகையின் புகைப்படக்காரராக சேர்ந்து புகழ் பெற்றார்.

பாரி 21 வயதில் National Council for the Training of Journalists as Sheffield College-ல் படித்து பின்னர் தேசிய பத்திரிகையான 'Mail on Sunday'-ல் பணியில் சேர்ந்தார்.

அந்த பத்திரிகையின் தலைமை ஆசிரியருடன் இணைந்து பணியாற்றினார். ஏராளமான தலையங்கங்களையும், கவர் ஸ்டோரிகளையும் எழுதினார்.

1989 தேர்தலின்போது சர்அக்தோனி மேயர் பணிகளை புகைப்படச் செய்திகளை ஒவ்வொரு நாளும் வெளிக் கொணர்ந்தார் பாரி.

நிக்கோலா சீசங்கு அரசு மீதான எதிர்ப்பலை ருமேனியாவில் டிசம்பர் 1989ல் வெடித்தபோது பாரி The Sunday Times-ல் பணியாற்றிக் கொண்டிருந்தார்.

அந்த இதழின் நிர்ப்பந்தம் காரணமாக ருமேனிய புரட்சி நிகழ்வுகளை பற்றிய செய்திகளை சேகரிக்க பாரி சென்றார். புச்சாரஸ்ட்டில் பாரி அநேக நாட்களை தனது புகைப்படங்கள் வாயிலாக அந்நகரின் ராணுவத்தினரின் அட்டகாசங்களை அப்பாவி மக்களின் கொலைகளை வெளிக் கொணர்ந்தார்.

டிசம்பர் 28-ல் அவர் பிரிட்டனுக்கு திரும்பினார். புச்சாரஸ்டிலிருந்து பெல்கிரேடுக்கு நிவாரணப் பொருட்களை எடுத்துக் கொண்டு Antonov An-24 என்ற விமானம் சென்றது. அந்த விமானத்தில் பாரி தன்னுடன் பிற புகைப்படக்காரர்களையும் ஏற்றிக் கொண்டு சென்றார்.

புச்சாரஸ்டிலிருந்து 43 மைல்கள் தொலைவில் கேஸ்டி என்னு மிடத்தில் அந்த விமானம் மோதி தீப்பற்றி எரிந்து சாம்பலாக சிதைந்தது. பாரி உள்பட அனைவரும் அந்த விமான விபத்தில் இறந்து போயினர்.

1990 ஜனவரி 30-ல் பிளீட் ஸ்ட்ரீட்டில் உள்ள St.Bridis church-ல் அவரது நினைவு சமாதி உருவாக்கப்பட்டது.

பாரி இறப்பிற்குப் பின்னர் The Sunday Times ஆசிரியர் பாரியின் குடும்பத்தினர் மற்றும் நண்பர்களுடன் இணைந்து Ian Parry Scholarship Fund-ஐ உருவாக்கினர்.

யுத்த கள பத்திரிகையாளர் ஜேம்ஸ் ராபர்ட்சன்

முதன்மையான யுத்தகள பத்திரிகை யாளர் வரிசையில் ஆங்கிலேய புகைப் படக்காரர் ஜேம்ஸ் ராபர்ட்சன் சிறப்பாக குறிப்பிடப்படுகிறார்.

மத்திய தரைக்கடல் நாடுகளிலும் கிரிமியா, இந்தியா போன்ற நாடுகளிலும் இவர் பணியாற்றியுள்ளார்.

கி.பி.1813ல் மிடில் செக்ஸ் என்னு மிடத்தில் இவர் பிறந்தார். 1840களில் Ottomon Empire-ல் இருந்தபோது ஜேம்ஸ் புகைப்படக் கலையில் மிகுந்த நாட்டம் கொண்டிருந்தார்.

ஃபிலீஸ் பீட்டோ என்பவருடன் 1853-ல் போட்டோ படத் தொழிலில் இணைந்தார். புகைப்பட ஸ்டுடியோ ஒன்றை ஏற்படுத்தினார் ஜேம்ஸ்.

ஜேம்ஸ் ராபர்ட்சன் பீட்டோவுடன் சேர்ந்து தொழில் ஆரம்பிப்ப தற்கு காரணமாக இருந்தவர் பீட்டோவின் சகோதரர் அன்டோனோ.

இவர்களின் கூட்டணியில் ஜேம்ஸ் பல இடங்களில் புகைப்பட நிறுவனங்களை ஏற்படுத்தினார்.

1855-ல் ஜேம்ஸ், பீட்டோவின் சகோதரி லியோனில்டா மரியா மடில்டா பீட்டோவை திருமணம் செய்து கொண்டார். அவர்களுக்கு மூன்று மகள்கள் பிறந்தனர்.

1855-ல் ராபர்ட்சனும் பீட்டோவும் கிரிமிய யுத்த களத்தை ரோஜர் பென்டனிலிருந்து படம் பிடிக்க, பலாக்லவா, கிரிமியாவுக்கு பயணம் செய்தனர்.

1855 செப்டம்பரில் செவஸ்டோபாலின் வீழ்ச்சியை அற்புதமாக அவர்கள் படம்பிடித்தனர்.

1857-ல் இந்தியாவில் ஏற்பட்ட ராணுவப் புரட்சியை படம்பிடிக்க அவர்கள் இருவரும் இந்தியா முழுக்க பயணம் செய்தனர்.

மேலும் அதே சமயம் ராபர்ட்சன் தனியாக பாலஸ்தீன், சிரியா, மால்டா, கெய்ரோ போன்ற இடங்களுக்கும் சென்று யுத்த கள பதிவு களை மேற்கொண்டார்.

1860-ல் ஃபெலிஷ் பீட்டோ இரண்டாவது கஞ்சா யுத்தம் தொடர் பாக சீனாவுக்கு படம்பிடிக்க சென்றபோது சார்லஸ் ஷெப்போர்டுடன் சேர்ந்து ராபர்ட்சன் கான்ஸ்டாண்டி நோபிளுக்கு சென்றார்.

உலக நாடுகள் முழுவதும் தன் வாழ்நாள் பூராவும் தேனீயைப் போல சுறுசுறுப்பாக செய்திகளை சேகரித்து உலகிற்கு வெளிச்சமிட்டு காட்டிய ஜேம்ஸ் ராபர்ட்சன் 1888 ஏப்ரலில் காலமானார்.

புலிட்சர் விருது பெற்ற கிரிஸ் ஹோன்ராஸ்

சிறந்த யுத்தகள புகைப்படக் காரருக்கான அமெரிக்க புலிட்சர் விருதினைப் பெற்றவர் கிரிஸ் ஹோன்ராஸ்.

நியூயார்க் நகரில் 1970 மார்ச் 14-ல் பிறந்த கிரிஸ் கிரேக்க மற்றும் ஜெர்மன் நாட்டு தம்பதியருக்கு பிறந்த பிள்ளையாவார்.

இரண்டாம் உலகப் போருக்குப் பின்னர் குழந்தையுடன் அகதிகளாக வாழ்ந்தவர்கள் கிரிஸின் பெற்றோர்.

இவர் தன்னுடைய குழந்தைப் பருவத்தின் பெரும் பகுதியை வடக்கு கெரோலினாவில் உள்ள ஃபேயத்தி வெல்லியில் கடத்தினார்.

1988-ல் Terry Sanford High School-ல் பட்டப்படிப்பை முடித்தார் கிரீஸ்.

North Carolina State University-ல் ஆங்கில இலக்கியம் பயின்றவாறு Technician என்ற பத்திரிகையிலும் பணியாற்றி வந்தார் கிரிஸ்.

1993-ல் ஏதென்ஸ் ஓகியோவில் உள்ள பள்ளியில் முதுகலைப் பட்டம் பெற சென்றார்.

ஓகியோவில் உள்ள Troy Daily New's-ல் பணியில் சேர்ந்து தலைமை புகைப்படக்காரராக வளர்ந்தார்.

1996-ல் The Fayetteville Observer-ல் தனது புதிய பணியினைத் தொடர்ந்த *1998*-ல் நியூயார்க் நகருக்கு திரும்பினார்.

நியூயார்க் நகரில் இருந்து கொண்டே உலகின் முக்கிய பிரச்சனைக் குரிய யுத்த களப் பகுதிகளான ஆப்கானிஸ்தான், காஷ்மீர், ஈராக், லிபியா, கௌசாவா போன்ற இடங்களுக்கு சென்று பத்திரிகையாளர் பணியினை மேற்கொண்டார்.

அமெரிக்க வர்த்தகக் கட்டிடம் தகர்ப்பு சம்பவத்தை கிரிஸ் மிக அற்புதமாக எடுத்தார். *2010* ஹைட்டி பூகம்பம் மற்றும் கத்ரினா சூறாவளி சம்பவங்களை இவரது கேமரா துல்லியமாக படமெடுத்தது.

இவருடைய இந்தப் புகைப்படங்கள் எல்லாம் News Week, The Economist. The Newyork Times, Washington Post, Los Angels Time போன்ற பத்திரிகைகளில் வெளிவந்து மிகுந்த பாராட்டுகளை அள்ளிச் சென்றது.

2005 ஜனவரியில் அமெரிக்கத் துருப்புகளால் சுட்டுக் கொலை செய்யப்பட்ட ஈராக்கில் குடும்பம் தொடர்பான கிரிஸ் புகைப்படங்கள் உலக முழுவதும் வெளியிடப்பட்டு மிகப்பெரிய விமர்சன அலையை உருவாக்கியது.

2005 ஜனவரி *18*-ல் ஒரு ஈராக்கிய குடும்பம் ஒரு காரில் பயணம் செய்து கொண்டிருந்தபோது Tal Afar எனும் அமெரிக்க செக்போஸ்ட்டில் தடுத்து நிறுத்தப்பட்டது. அந்தக் காரில் தற்கொலைப்படை வெடிகுண்டு பயணம் செய்கிறார்கள் என்று சந்தேகித்த அமெரிக்க படை துப்பாக்கிச் சூடு நடத்தியது. காரில் வந்த பெற்றோர்களை சுட்டுக் கொன்று விட்டனர். பின் சீட்டில் அமர்ந்திருந்த ஐந்து குழந்தைகளும் துப்பாக்கிச்

சூட்டில் படுகாயமடைந்தனர்.

கிரீஸ் இந்த துப்பாக்கிச் சூடு சம்பவத்தை துல்லியமாக படம் எடுத்து வெளியிட்ட நிலையில் அது உலகின் கவனத்தை பெரிதும் கவர்ந்தது.

இந்த படங்களுக்காக கிரீஸ் 12க்கும் மேற்பட்ட சர்வதேச விருதுகளைப் பெற்றார்.

மாஷன்அல் டுமைய்ஷியான் மரண வாக்குமூலம்

ஈராக்கிய யுத்த களத்தில் கேமராவில் வெடிகுண்டுத் தாக்குதல்களை படம் பிடித்துக் கொண்டிருந்த நிலையில் கொல்லப்பட்ட பாலஸ்தீனப் புகைப் படக்காரர் மாஷன்அல் டுமைய்ஷியின் துணிச்சல் என்றென்றும் வரலாற்றில் முக்கியத்துவம் பெற்றது.

1978 செப்டம்பர் 12-ல் பிறந்து 2004ல் 26 வயதில் உயிரை யுத்தக்கள ஒளிப் பதிவுக்கு பணயம் வைத்த போராளி இளைஞன் இவர்.

Haifa street Helicopter Incident -ஐ பாக்தாத்திலிருந்து கேமராவில் பதிவு செய்து கொண்டிருந்தார் மாஷன். அப்போது அமெரிக்க போர் ஆயுதங்களை ஏந்தி வந்த ஹெலிகாப்டர் வெடிகுண்டு

வீச்சில் இவர் படுபயங்கரமாக கொலை செய்யப்பட்டார்.

அவருடைய கடைசி நிமிடத்து நிகழ்வுகளில் அந்த கேமராவில் பதிவாகியிருந்தது. அவரின் மரண வாக்கு மூலமும் அதில் பதிவு செய்யப் பட்டிருந்தது.

மரண வாக்கு மூலம் மற்றும் அவரது மரிக்கும் காலத்திய செயல்பாடு களும் கேமராவிலிருந்து பெரிய யுத்தக்களப் பூதமாகி வெளிவந்து அரபு நாட்டையே ஒரு கலக்கு கலக்கியது.

பாலஸ்தீனிய செய்தியாளரான இவர் 'al-Arabiya' மற்றும் al-Ikhbariya இணைய தள செய்தி நிறுவனங்களின் செய்தியாளராக பணியாற்றினார்.

ஈராக் களத்தில் அமெரிக்க படைகளால் சுட்டுக் கொல்லப்பட்ட மூன்றாவது அரேபிய பத்திரிகையாளர் இவர்தான்.

யுத்த களத்தில் அவரது கேமராவில் வெடிகுண்டு வெடித்துச் சிதறி இரத்தம் பீய்ச்சிய நிலையில் களத்தில் விழுவது பதிவாகியிருந்தது.

கேமராவின் ஆடியோ நான் சாகப் போகிறேன். நான் சாகப் போகிறேன் என்ற அவரது ஈனஸ் வரங்களை பதிவு செய்திருந்தது.

2004 செப்டம்பர் 12-ல் மாஷன் அல்டுமைய்ஷியுடன் 11 நபர்கள் ஹைஃப் சாலையில் வெடிகுண்டு வீச்சில் இறந்து போயிருந்தனர்.

பாலஸ்தீய பத்திரிகையாளர் சங்க தலைவர் நாயும் டும்பாசி கூறும்போது ‘மாஷன் அல்டுமைய்ஷியின் கொலை இராக்கில் உள்ள அரேபிய பத்திரிகையாளரின் திட்டமிட்ட சதி. இது முழுக்க முழுக்க அமெரிக்கப் படையின் போர்க் குற்றம்’ என்றார்.

வெர்மோன்ட்டில் 1939-ல் பிறந்த புகைப்படப் பத்திரிகைப் போராளி டானா ஸ்டோன் வியட்நாம் யுத்த சாகசங்களை கேமராவில் பதிவு செய்து உலகுக்கு வெளிச்சம் போட்டுக் காட்டியவர் என்பதால் புகழ் பெற்றவர்.

இவர் 1965-ல் தன்னுடைய 26வது வயதில் வியட்நாம் சென்றார். ஹாங்காங்கில் நிக்கோன் என்ற தன்னுடைய முதல் கேமராவை அங்கு வருவதற்கு முன்பே வாங்கி வைத்திருந்தார்.

சைகானில் வந்திறங்கியதும் ஹென்றி ஹூட் என்பவரை சந்தித்தார்.

அவர்தான் கேமராவில் பிலிமை எப்படி லோட் செய்வது என்பதை கற்றுக் கொடுத்தார்.

புகைப்படக்காரர்கள் மற்றும் பத்திரிகையாளர்களின் மிக நெருங்கிய நண்பரான டானா ஸ்டோனுக்கு டிம்பேஜ், சீன்பிலிமன் ஹென்றி கூட் போன்றோரின் நட்பும் கிடைத்தது.

1969-ல் அவரும் அவரது மனைவி லூயிஸ் ஸ்மையும் சைகானை விட்டு ஐரோப்பாவுக்கு கிளம்பிச் சென்றார்.

கம்போடியாவில் அமெரிக்க படைகளின் நெருக்கடி 1970-ல் ஏற்பட்ட நிலையில் அவர் பாங்காக் தாய்லாந்து சென்றபோது அநேக பத்திரிகையாளர்கள் அவரை நட்பாக்கிக் கொண்டனர். பெரிய போராட்டத்துக்குப் பின் கம்போடியாவுக்குள் நுழைய அமெரிக்க அரசாங்கம் அனுமதித்தது.

1970 ஏப்ரல் 6-ல் டானா ஸ்டோன் மற்றும் அவரது நண்பர் சீன்பிளைன் இருவரும் வியட்நாம் காங்கிரஸ் படையினரால் கைது செய்யப்பட்டனர். அதன்பின் பல சிபாரிசுக்கு பின்னரும் கம்போடியா சண்டையை படம்பிடிக்க அனுமதிக்கப்படவில்லை.

டைம் பேஜ் எனும் புகைப்படக்கார நண்பர் 1991 மார்ச் 24 சண்டே டைம்ஸ் பத்திரிகைக்கு டானா ஸ்டோன் குறித்த செய்தியை அனுப்பினார்.

டானாவும் அவரது நண்பரும் கைது செய்யப்பட்ட நிலையில் அவர்களைக் காணவில்லை என்பதை உலகுக்கு அறிவித்தனர்.

டானா ஸ்டோனின் இளைய சகோதரர் ஜான் தாமஸ் ஸ்டோன் 1971-ல் அமெரிக்க படையில் சேர்ந்தார். தன்னுடைய காணாமல் போன சகோதரரை தேடுவதற்காகவே ராணுவப் பணியினை அவர் மேற் கொண்டார்.

அவர் 2006 மார்ச் 29-ல் ஆப்கானிஸ்தான் பயணத்தின்போது வஞ்சகமாக கொல்லப்பட்டார்.

தாய் ராணுவத்தினர் சுட்டுக் கொன்ற ஹைரோ முரமோட்டோ

ஜப்பானிய புகைப்பட பத்திரிகை யாளரான ஹைரோ முரமோட்டோ டோக்கியோவில் உள்ள Australian Broad casting Corporation நிறுவனத்தில் 1990களில் பணியாற்றியவர்.

Reuters தொலைக்காட்சிக்காக 15 வருடங்களுக்கு மேலாக செய்தியாளராக பணியாற்றியுள்ளார் இவர்.

Temple University-ன் பட்டதாரி NBCயிலும் ABCயிலும் அதன் பின் பணியாற்றினார். 1992ல் Reuters தொலைக் காட்சிக்கு பகுதி நேர செய்தியாளராகவும் 1995க்குப் பிறகு முழு நேரச் செய்தியாள ராகவும் பணியாற்றினார்.

அரசியல் ஸ்திரமற்ற ஆபத்தான காலகட்டத்தில் பிலிப்பைன்ஸ் மற்றும்

வடகொரியாவின் பகுதிகளில் இவர் பயணம் செய்த சுவாரஸ்யமான மனிதர்களின் கதைகளை வெளிக் கொணர்ந்தார்.

'Tokyo monkey-waiters' மற்றும் The man who married a charector from a video game போன்ற கதைகள் இவரது புகழுக்கு சாட்சியமாக விளங்கின.

சமூக நலப்பணிகளிலும் தீவிரமாக இவர் ஈடுபட்டு வந்தார். ஆப்பிரிக்க நாட்டின் ஏழ்மை மிக்க மனிதர் நலனுக்காக நிதி திரட்டிட Mt.Fuji -ஐ சுற்றியுள்ள பகுதிகளுக்கு 100 கி.மீட்டருக்கும் மேலாக இரண்டு நாட்கள் நடைப்பயணம் மேற்கொண்டார்.

தாய் படையினருக்கும் அரசு எதிர்ப்பாளர்களுக்கும் இடையே 2010ல் கடும் மோதல் நிகழ்ந்து கொண்டிருந்தது. இதனை செய்தியாக்கிட ஹைரோ முரமோட்டோ சென்ற போதுதான் 2010 ஏப்ரல் 10ல் சுட்டுக் கொல்லப்பட்ட சம்பவம் நிகழ்ந்தது.

பாங்காக்கில் உள்ள ராஜ்டாம்னஷ் சாலையில் அரசுப் படையினருக்கும் எதிர்ப்பாளர்களுக்கும் இடையே கடும் யுத்தம் நடந்து கொண்டிருந்தது.

முரமோட்டோவின் நெஞ்சை, அந்த யுத்தக் களத்திலிருந்து பாய்ந்து வந்த துப்பாக்கிக் குண்டு துளைத்தது.

அவருடைய நெஞ்சில் பாய்ந்து முதுகு வழியே வெளியேறிய குண்டு எந்த வகையை சேர்ந்தது என டாக்டர்களால் கண்டறிய முடியவில்லை.

Klang Hospital-ல் தான் டாக்டர் பிட்சையா நக்வாட்சரா மருத்துவ பரிசோதனை செய்து அவரது இறப்பை அறிவித்தார்.

முரமோட்டோ இறக்கும்போது அவருக்கு வயது 43. எமிக்கோ என்ற மனைவியும் இரண்டு பிள்ளைகளும் அவருக்கு இருந்தனர்.

தாய் ராணுவத்தினர் தாங்கள் ரப்பர் புல்லட்கள்தான் பயன்படுத்திய தாகவும், கண்ணீர் புகைக்குண்டை வெடித்த பின்னரே வானத்தை நோக்கி சுட்டதாகவும் முழுப்பொய் பேசினர்.

அவர்கள் சொல்வதெல்லாம் அண்டப் புளுகு என்பதை அப்பட்டமாக யுத்த கள படப்பிடிப்பாளர்களின் வீடியோ படங்கள் உலகுக்கு உரைத்தன.

ராணுவப் படையினர் துப்பாக்கிகளால் வெடிப்பதையும் குண்டுகள் வெடித்து தீப்பிழம்புகளில் காற்று மண்டலத்தில் துள்ளித் திரிவதும் துல்லியமாக ஒளிப்பதிவு செய்யப்பட்டிருந்தது.

அப்பாவி மக்களும் நிராயுத பாணிகளும் துப்பாக்கிக் குண்டுகளுக்கு பலியானதை எதிர்ப்பாளர்கள் புகார்களாக தெரிவித்தனர்.

யுத்தம் நடந்த பகுதிகளின் கட்டிடங்களில் இடிபாடு அடைந்த காட்சிகள் கோரமாக சாட்சியமாயிருந்தது.

அதன் பின் ராணுவத்தினர் தாக்கல் எதிர்ப்பாளர்களை களைந்து போகச் செய்வதற்கு ஒரு சுற்று துப்பாக்கிச் சூடு மட்டும் நடத்தியதாகச் கூறினர்.

தொலைக்காட்சி தலைமை ஆசிரியர் டேவிட் செல்சிங்கர் நடந்த யுத்தத்தில் முரமோட்டோவின் படுகொலைக்கு எதிரான குரலை எழுப்பி பொறுப்பேற்றுக் கொண்டார். எங்களுடன் பணியாற்றிய ஹைரோ முரமோட்டோ கொலையுண்டு இறந்து போனது நாங்கள் மிகப் பெரிய இழப்பாக கருதுகிறோம். யுத்த களத்தில் நடக்கும் அநீதிகளையும் உண்மையையும் எடுத்துரைக்க உயிரைப் பணயம் வைத்து பணியாற்றும் செய்தியாளர்களின் பணி மிகவும் கேள்விக்குறியாகி விட்டது. எங்களது Reuters குடும்பத்தினர் எங்களது தோழரின் மறைவுக்கு கண்ணீர் அஞ்சலி செலுத்துகிறோம்.

※

முதல் உலகப் போரில் ஹெலன் ஜான் கிர்ட்லான்

முதல் உலகப் போரில் யுத்த களத்தில் தனது எல்லையற்ற சாகசங்களை கேமராவுக்கு கொண்டு வந்த வீராங்கனை ஹெலன் ஜான் கிர்ட்லான்.

ஹென்றி வார்ட் ஜான் மகளாக பிறந்த ஹெலன் யாங்கர்ஸில் வளர்ந்தவர். 1904-ல் ஜெர்மனியில் உள்ள பெண்கள் பள்ளியில் சேர்ந்தார்.

இளமையிலேயே சுவிட்சர்லாந்துக்கும் பிரான்சுக்கும் ஹெலன் பயணம் செய்து வந்தார். 1917-ல் அவர் லூசியன் ஸ்விப்ட் கிர்ட்லாண்ட் என்பவரை மணந்து கொண்டார். இவர் போலந்து நாட்டு செய்தித்தாள் நிருபராக பணி யாற்றி வந்தார்.

முதல் உலகப் போரின் போது ஹெலன் Leslies Illustrated Weekly தொடர்பாளராக பணியாற்றி வந்தார்.

ஆண்களுக்கு நிகராக யுத்த களச் செய்திகளை சேகரிப்பதில் துணிச்சல் உள்ளவராக ஹெலன் பணியாற்றினார்.

இத்தாலியப் படையினர் ஆஸ்திரிய துருப்புகளை கைப்பற்றியபோது யுத்த களத்தில் எடுத்த புகைப்படங்களைக் கொண்டு கவர் ஸ்டோரி எழுதினார் ஹெலன்.

36

பாலஸ்தீனிய போரும் மா சென்டானாவும்

நான் புகைப்படக்காரனாக இருப்பதால் என்னுடைய குடும்பம் சந்தோஷமாக இருக்கிறது. ஆனால் உண்மையில் நான் சந்தோஷமாக இல்லை. ஏனென்றால் நான் இந்த கேமராவை நேசிக்கிறேன். இதன் கூடவே இருக்க நான் விரும்புகிறேன். கேமராவை விட்டு எப்போது விடைபெற விரும்புகிறேனோ அது என்னை விட்டு நான் வெளியேறுவதற்கு சமம். என்னை விரட்டி விடாதீர்கள்.

2003 மார்ச்சில் PBS Frontline-க்கு மாசென்டானா என்ற புகழ் பெற்ற யுத்தகள புகைப்படக்காரர் கொடுத்த பேட்டி இது.

இவர் பாலஸ்தீனத்தைச் சேர்ந்தவர் 2003 ஆகஸ்ட் 7-ல் பிறந்தவர். 2001க்கான CPJ International Press Freedom விருது பெற்றவர்.

இவருக்கு சூசன்டானா என்ற மனைவியும் நான்கு குழந்தைகளும் உண்டு.

தன்னுடைய பத்திரிகை பணியில் பலமுறை மாசென்டானா படுகாயமுற்றுள்ளார்.

2000 மே திங்களில் பாலஸ்தீனிய போரின்போது படம் எடுத்துக் கொண்டிருந்த மாசென்டானாவின் காலில் இஸ்ரேலிய ரப்பர் புல்லட் பாய்ந்தது. அதே வருட ஜூலை திங்களில் மாசென்டானா சில யூதர்களால் நினைவு மறையும் வகையில் மீண்டும் அவரது காலில் குண்டடிப்பட்டது.

2003 ஆகஸ்ட் 17-ல் ஈராக் யுத்தத்தின்போது பாக்தாதில் உள்ள அபு கிரைப் சிறைச்சாலைக்கு வெளியே மாசென்டானா புகைப்படம் எடுத்துக் கொண்டிருந்தபோது அமெரிக்க ராணுவ சிப்பாய் ஒருவன் டானாவை சரமாரியாக சுட்டுக் கொன்றான். மேலும் ராக்கெட் ஏவுகணையும் அவர் மீது வீசப்பட்டது.

அமெரிக்க படைவீரர்கள் டானா மீது தாக்குதல் செய்து மனிதாபிமானமற்ற செயல் என்ற கடும் விமர்சனத்திற்கும் கண்டனத்திற்கும் ஆளாயிற்று.

CPJ குழுவினர் அமெரிக்க பாதுகாப்புச் செயலர் டொனால்டு ரம்ஸ்பீல்டு மீது முழுமையான விசாரணை மேற்கொண்டனர்.

RWB செயலர் ராபர்ட் மெனார்டு அமெரிக்க ராணுவத்தினரின் கொடுஞ்செயலுக்கு கடும் கண்டனம் தெரிவித்தார்.

வளைகுடா போரின் செய்தி சேகரிப்பாளர் கென்னத் ஜரிக்கி

யுத்த களங்களை படம் எடுப்பதில் தீராத மோகம் கொண்ட அமெரிக்க புகைப்பட பத்திரிகையாளர் கென்னத் ஜரிக்கி.

இவர் தனது வாழ்க்கையில் ஏராளமான யுத்த கள நிகழ்வுகளை படம் எடுத்து உலகிற்கு அர்ப்பணித்துள்ளார்.

அதில் ஈராக் யுத்த கள நிகழ்வுகளை மிக அற்புதமாக எடுத்திருந்தார். இச் செய்தி London Observer-ல் 1991 மார்ச் 10ல் வெளியாகி உலகம் முழுவதும் கென்னத் ஜரிக்கியை புகழின் உச்சிக்கு கொண்டு சென்றது.

மிஸ்ஸோரியில் உள்ள ஃபேர் பாக்ஸ் என்னுமிடத்தில் 1963-ல் பிறந்த கென்னத் ஜரிக்கி ரெனால்டு ரீகனின் வெள்ளை

மாளிகை புகைப்படக்காரராக ஆரம்ப நாட்களில் வலம் வந்தார்.

1988லிருந்து ஒன்பது ஒலிம்பிக் போட்டிகளை படம் பிடித்துள்ளார்.

முதல் வளைகுடா போர் செய்திகளை ஜரிக்கி அற்புதமாக படம் பிடித்திருந்தார்.

இவரது ஈராக் யுத்தகள படத்தில் ஈராக்கிய படைவீரன் ஒருவன் குண்டடி பட்டு இறக்கும் தருணங்களை மிகத் துல்லியமாக படம் எடுத்திருந்தார்.

ஒரு ராணுவ அதிகாரியுடன் சென்று கொண்டிருந்தபோது அவரது அனுமதியுடன் ஜரிக்கியின் கேமரா அதனைப் படம் பிடித்திருந்தது.

இந்தப் படம் The Observer-ல் வெளியானது. இப்படம் குறித்து பாராட்டுக்கள் குவிந்த போதிலும் இங்கிலாந்திலிருந்து மாறுபட்ட கருத்துகளும் விமர்சனங்களும் எழுந்து கென்னத் ஜரிக்கியை வந்தடைந்தது.

அமெரிக்க யுத்த கள பத்திரிகையாளர் கெல்லி மெக்கர்ஸ்

சிரியாவின் உள்நாட்டு யுத்தத்தை செய்திப் படமாக்கி புகழ் பெற்ற பெண் மணி கெல்லி மெக்கலர்ஸ்.

இவர் லெபனானில் உள்ள பெய்ரூட்டில் பிறந்தாலும் அமெரிக்க யுத்தக் கள பத்திரிகையாளராகவே புகழ் பெற்றவராவார்.

1997-ல் சிகாகோவுக்கு செய்தியாள ராக சென்று தனது வாழ்க்கையைத் துவங்கினார். 1999-2000ல் கம்போடிய செய்தியை சேகரிக்க பிபிசி சார்பாக சென்றார். அதன்பின் மலேசியா, சிங்கப்பூர் சென்றார்.

அமெரிக்க வர்த்தக கட்டிட விமானத் தாக்குதல் 9/11 க்காக தன்னிச்சையாக செய்தி சேகரிக்க கெல்லி சென்றார்.

அதன் பின்னர் இந்த பெண் போராளி உலக நாடுகள் அனைத்திற்கும் செய்தி சேகரிப்பவராக பறந்து சென்றார்.

'PRI's The World' க்காக கெல்லி *2004* முதல் *2006* வரை முன்னாள் சோவியத் யூனியன் பற்றிய செய்திகளை கள ஆய்வு தொகுப்பாக கொண்டு வந்தார்.

அசர்பஜனில் உள்ள பாலியல் தொழிலாளர்களைப் பற்றிய ஏராளமான கதைகளை வானொலி நிகழ்ச்சிகளுக்கு கொண்டு வந்தார்.

2007 முதல் *2009* வரை விருதுகளைப் பெற்ற ஏராளமான தொலைக்காட்சித் தொடர்களை உருவாக்கினார் கெல்லி.

மத்திய கிழக்கு நாடுகளின் பிரச்சனைகளை செய்திக்களத்திற்கு கொண்டு வந்து சேர்த்தார் கெல்லி. *2012*-ல் அவர் பின்னர் பெரூட்டுக்குப் பயணமானார்.

சிரியன் உள்நாட்டு யுத்த களத்தை உலகுக்கு படம்பிடித்து காட்டியதற்காக Pulitzer Prize 2013-ல் கெல்லி மெக்கலர்ஸ் பெற்றார் என்பது குறிப்பிடத்தக்கது.

ஜெர்மன் நாட்டு யுத்த கள செய்தியாளர் லூகாஸ் டோலகா

பிரெஞ்சு நாட்டில் 1978 ஆகஸ்டு 19ல் பிறந்து ஜெர்மன் நாட்டு புகைப்பட பத்திரிகையாளராக யுத்த களச் செய்தி களில் பிரபலமானவர் லூகாஸ் டோலகா.

இவருக்கு பிரெஞ்சு மற்றும் ஜெர்மன் குடியுரிமை உண்டு. பாரீஸில் பிறந்து வளர்ந்த லூகாஸ் European Press Photo Agency-ல் புகைப்படக்காரராக 2006 ஏப்ரலில் பணியைத் துவங்கினார்.

பாரீஸ் நகரத்தின் பின்னணியில் ஏராளமான கதைகளை 2018-ல் புகைப் படங்களுடன் லூகாஸ் எழுதி வெளியிட்டார்.

ஜனவரி 14ல் டூனிஸ் நகரில் கண்டனப் பேரணி நடந்து கொண்டிருந்த போது லூகாஸ் டோலகாவும்

பத்திரிகையாளர் குழுவும் சென்று கொண்டிருந்தனர்.

அப்போது வீசப்பட்ட கண்ணீர் புகை குண்டு லூகாஸ் தலையில் அடிபட்டது. அதன் பிறகு வீசப்பட்ட வெடிகுண்டுகளால் லூகாஸும் அவரது நண்பர்களும் சிதைந்து இறந்து போனார்கள்.

விமான குண்டுவெடிப்புக்கு பலியான கென்னத் ஸ்டோன் ஹவுஸ்

தென்னாப்பிரிக்காவிலுள்ள கேப் டவுனில் 1908-ல் பிறந்த கென்னத் ஸ்டோன் ஹவுஸ் தன்னுடைய ஆரம்ப வாழ்க்கையை Cape Times என்ற பத்திரிகை யில் பணிபுரிந்து துவக்கினார்.

அதன் பின்னர் லண்டனில் உள்ள South African morning Newspapers-ல் பணியில் சேர்ந்தார்.

நியூயார்க்கில் செய்தி சேகரிக்கும் பணிக்கு கென்னத்தை Reuters நிறுவனம் ஒப்பந்தம் செய்தது. வாஷிங்டன் சென்று அங்கு கவர் ஸ்டோரிகள் செய்தார்.

இரண்டாம் உலகப் போரின்போது பிரிட்டிஷ் பிரதமர் வின்ஸ்டன் சர்ச்சில் அமெரிக்காவுக்கும் கனடாவுக்கும் பயணம் செய்த நிகழ்ச்சிகளையும்

கென்னத் புகைப்படச் செய்தியாளராக இருந்து வெளிக் கொணர்ந்தார்.

ஐரோப்பாவில் அமெரிக்கப் படைகள் சண்டையிட்டுக் கொண்டிருந்த தருணத்தில் கென்னத் யுத்த கள ஒருங்கிணைப்பாளராக சிறப்பாக பணிபுரிந்தார்.

யுத்த நிலை மிகவும் மோசமடைந்து கொண்டிருந்தபோது கென்னத் ஸ்டோன் ஹவுஸ் மற்றும் அவரது மனைவி ஏவ்லினும் 28 மே அன்று லிஸ்பன் வந்து சேர்ந்தனர்.

அங்கிருந்து லண்டன் செல்ல விமான நிலையத்தில் முன் பதிவு செய்தனர்.

1943 ஜூன் 1-ஆம் தேதி கென்னத்தும் அவரது மனைவியும் BOAC Flight 777-ல் லண்டனுக்கு சென்று கொண்டிருந்தபோது ஜெர்மானிய போர் விமானங்கள் கென்னத் விமானத்தின் மீது குண்டு மழை பொழிந்தது.

நெருப்புக் கோளமாக கென்னத் வந்து கொண்டிருந்த விமானம் பிஸ்க் வளைகுடாவில் விழுந்து மூழ்கியதில் விமானத்திலிருந்த அனைவரும் கருகி மூழ்கிப் போய் விட்டனர்.

கனடா தேச யுத்தகள செய்தியாளர் பில்பாஸ்

இரண்டாம் உலக யுத்தம் மற்றம் கொரியா யுத்த களம் ஆகியவற்றில் பில்பாஸ் என்ற கன்னட நாட்டு யுத்த கள செய்தியாளரின் பணி மகத்தானதாக இன்றும் உலக வரலாறு நினைவு கூறு கிறது.

இவர் *1917* மே *3*-ஆம் தேதி ஒன்டேரி யோவில் பிறந்தார். இவர் 'பிபி' என்று சின்ன வயதிலிருந்தே செல்லமாக சுருக்க மாக அழைக்கப்பட்டார்.

கன்னடியன் பத்திரிகைக்காக கன்னடா நாட்டு யுத்த தொடர்பாளராக பணியாற்றினார்.

அவருடைய நண்பர்கள் இவரைப் பற்றி குறிப்பிடும்போது 'உலகிலேயே ஒரு வலிமையான யுத்த கள தொடர்பாளர்

பிபியைப் போல் யாருமில்லை' என்கின்றனர்.

பில்பாஸ் ஏராளமான மொழிகளை பேசுவார். இங்கிலீஷ், பிரெஞ்சு, இத்தாலி, ஜெர்மன், டச்சு, ரஷ்யன், கொரியன், ஜப்பானிய மொழி என அவர் பேசாத மொழி இல்லை இவ்வுலகில்.

சிறந்த இசைப் பாடகராக, பியானே வாசிப்பவராக, இசையமைப் பாளராக ஓட்டோவில் ஆர்கெஸ்ட்ரா குழு வைத்திருந்தார்.

1937-ல் டொரான்டோவுக்கு சென்றார். 'The Times of London' க்காக செய்தித் தொடர்பாளராக பல மாதங்கள் இவர் பணியாற்றினார்.

1941-ல் ஒட்டோவா பல்கலைக்கழகத்தில் இளங்கலை பட்டம் பெற்றார் பில்பாஸ்.

1943-ல் Candian Corps-ல் இவர் PRO பதவி ஏற்று இத்தாலிக்கு கடல் பயணம் மேற்கொண்டார். அவருடன் நிறைய பத்திரிகையாளர்களும் சென்றனர்.

1945-ல் ஹாலந்து நாட்டு விடுதலைப் போரைப் பதிவு செய்வதற்கு இத்தாலியை விட்டு பயணமானார்.

1950-ல் கொரியாவில் யுத்தம் வெடித்தபோது பில்பாஸ் முன்னனி பத்திரிகையாளராக யுத்த களச் செய்திகளை மிகவும் அற்புதமாக வெளிக் கொணர்ந்தார்.

கன்னடிய ராணுவ கெடுபிடிகள் காரணமாக சுதந்திரமாக தங்களால் பத்திரிகை செய்திகளை படங்களுடன் சேகரிக்க முடியவில்லை என்பதை தெரிவிக்க பூசன் என்பவரை பட்ரீசியா இளவரசரிடம் அனுப்பினார் பில்பாஸ்.

கொரிய யுத்தத்தின் முக்கியமான களங்களை பில்பாஸ் தாமே நேரில் சென்று படம் எடுத்தார்.

இவர் மீது பொறாமை கொண்ட பல இதர செய்தியாளர்கள் அவரை கொரிய யுத்த களத்திலிருந்து அகற்ற முயன்றனர்.

கன்னட படையினரின் போர்க் குற்றங்களை எந்தவித தடையின்றி அப்பட்டமாக எழுதவும் செய்தியை வெளியிடுவதிலும் பில்பாஸ் உறுதி யாயிருந்தார். மற்ற பத்திரிகையாளர்கள் இவரை சமரசத்திற்கு

அழைத்தும் இவர உடன்படவில்லை.

உதாரணமாக ஒரு நிகழ்ச்சி. போர்க்களத்தில் இரண்டு கொரிய இளம் பெண்களை கன்னடா நாட்டு சிப்பாய்கள் கற்பழித்து விட்டனர். அதன் தொடர்ச்சியாக ஏராளமான கொரிய சிப்பாய்கள் மீது குண்டு வீச்சு நடைபெற்றது.

பில்பாஸ் இந்த நிகழ்வுகளின் கொடுமையை அநீதியை அதன் பின்னணிகளோடு படங்களுடன் சாட்சியங்களுடன் செய்தித்தாளில் கொண்டு வந்தார்.

ஆனால் பத்திரிகையில் பில்பாஸ் கட்டுரை பற்றி வேறு விதமாகத் திரித்து குற்றம் சுமத்தப்பட்டது.

கன்னடா செய்தி நிறுவனத்திற்கு கொரிய யுத்தம் முடிந்தவுடன் பில்பாஸ் மாஸ்கோவில் உண்மை நிகழ்வுகளை உரைத்தார்.